பத்திய உணவுகள்

பத்திய உணவுகள்

டயட்டீஷியன் **அருணா ஷ்யாம்**

நலம்

பத்திய உணவுகள்

Paththiya Unavugal

Aruna Shyam ©

Nalam First Edition: September 2007

144 Pages

Printed in India.

ISBN: 978-81-8368-485-9

Title No. Nalam 036

Nalam Veliyeedu

177/103, First Floor,

Ambal's Building, Lloyds Road,

Royapettah, Chennai 600 014.

Ph: +91-44-4200-9603

Email : support@nhm.in

Website : www.nhm.in

Cover Photograph: © Christina Richards / Shutterstock

Nalam Veliyeedu is an imprint of New Horizon Media Private Limited

சிகிச்சையில், உணவின் பங்கு என்ன என்பது பற்றி இதுவரை சொல்லப்பட்ட தகவல்கள் எல்லாம் புதிதாகக் கண்டுபிடிக்கப்பட்டவை அல்ல. ஆதிகாலத்தில் இருந்தே நோய்களுக்கான சிகிச்சையில் உணவின் முக்கியத்துவம் உணரப்பட்டிருக்கிறது. அதனால்தான், அனைத்து மருத்துவ முறைகளும் 'பத்தியம்' என்ற பெயரில் உணவின் அடிப்படையிலான சிகிச்சையையும் வலியுறுத்தி வந்திருக்கின்றன.

உள்ளே

முன்னுரை

உணவூட்டவியலில் (Dietetics) முதுகலைப் பட்டம் முடித்தவுடன், அத்துறையிலேயே நிபுணராகப் பணிபுரிய எனக்குப் பல வாய்ப்புகள் வந்தன. ஆனால், அவற்றில் எனக்கு அவ்வளவாக ஆர்வம் இருக்கவில்லை. சிறு வயதில் இருந்தே ஆசிரியராகப் பணிபுரிவதுதான் எனது லட்சியமாக இருந்தது. நமக்குத் தெரிந்த தகவல்களை அடுத்தவர்களோடு பகிர்ந்துகொள்வதில் இருக்கும் சந்தோஷமும், திருப்தியும் வேறு எதிலும் இல்லை.

அந்த வகையில்தான் புத்தகம் எழுதுவதிலும் எனக்கு ஆர்வம் வந்தது. ஆனால், என்ன எழுதுவது, எதைப்பற்றி எழுதுவது என்பதில்தான் தெளிவில்லாமல் இருந்தேன். உணவூட்ட வியல் வல்லுநராக நான் பணிபுரிந்த சூழலே எனக்கொரு திசையை அடையாளம் காட்டியது.

பத்திய நெறி என்பது காலம் காலமாக நமது வழக்கத்தில் இருந்தாலும், அந்தத் துறை தொடர்பான புத்தகங்கள் அவ்வளவாக தமிழில் இல்லை. மக்களிடமும் அதைப்பற்றி போதுமான விழிப்புணர்வும் இல்லை என்பதை ஆலோ சனைக்காக என்னை வந்து சந்தித்தவர்களின் மூலம் உணர்ந்தேன்.

ஆரோக்கியமான உணவைச் சாப்பிட வேண்டும் என்கிற சிந்தனை நம்மில் பெரும்பாலானவர்களிடம் இல்லை.

ஏதேனும் ஒரு நோய் வந்து தாக்கும்வரை கண்டதையும் சாப்பிடுகிறார்கள். உடலில் கோளாறு ஏற்பட்ட பிறகு, ‘இதற்கு என்ன மருந்து, என்ன டயட்’ என்று பரபரப்பாக விசாரிக்கிறார்கள். அதையாவது சரியாகப் பின்பற்று கிறார்களா என்றால் இல்லை. ‘சர்க்கரை நோய்க்கு சர்க்கரை சாப்பிடக் கூடாது; ஆனால், வெல்லம் சாப்பிடலாம்’ என்ற அளவில்தான் பெரும்பாலானவர்களின் விழிப்புணர்வு இருக்கிறது.

இந்த நிலை என்னை மிகவும் பாதித்தது. ஒவ்வொரு நோய்க் கும் எத்தகைய பத்திய உணவுமுறை தேவை என்பதை அனை வரும் தெரிந்துகொள்ளும் வகையில் ஒரு புத்தகம் எழுத லாமே என்று தோன்றியது. என் எண்ணத்தை நலம் வெளி யீட்டாரிடம் வெளிப்படுத்தினேன். அவர்களின் ஒத்துழைப் போடு உருவான புத்தகம்தான் இப்போது உங்களின் கையில் தவழ்ந்து கொண்டிருக்கிறது.

சில நோய்களுக்கு மருந்தே உணவு என்பதையும், பல நோய் களின் சிகிச்சைக்கு மருந்துடன் உணவுக்கட்டுப்பாடும் இன்றி யமையாதது என்பதையும், நல்ல உணவுப் பழக்கத்தின் மூலமாக பல நோய்களைத் தடுக்க முடியும் என்பதையும் இந்தப் புத்தகத்தில் அழுத்தமாகச் சொல்லியுள்ளேன். குறிப்பிட்ட உடல் பிரச்னைக்கு எவற்றைத் தவிர்க்க வேண்டும், எவற்றை அதிகமாக எடுத்துக்கொள்ள வேண்டும் என்பதையும் விளக்கமாகக் குறிப்பிட்டுள்ளேன்.

உங்களின் மருத்துவப் புத்தக அலமாரியில் எனது புத்தகமும் இடம்பெறும் என்பது என் நம்பிக்கை. இந்தப் புத்தகத்தை நான் எழுதுவதற்கு உதவியாக இருந்த அனைவருக்கும் என் நன்றி. குறிப்பாக, சென்னையில் உள்ள வி.எச்.எஸ். மருத்துவ மனையில் டயட்ரி துறையின் தலைவராக இருக்கும் மாலா சேட்ரியின் ஆலோசனையும் வழிகாட்டுதலுமே இந்தப் புத்தகத்தை எழுதுவதற்கு உதவியது. அவர்களுக்கு என் சிறப்பு நன்றி.

அன்புடன்,

அருணா ஷ்யாம்

1 பத்திய உணவு

உங்களுக்குத் தெரியுமா?

மனித உடலில் இடம் பெற்றுள்ள நான்கு முக்கியமான வேதிப் பொருள்கள் :

ஆக்சிஜன்	65 சதவீதம்
கார்பன்	18 சதவீதம்
ஹைட்ரஜன்	10 சதவீதம்
நைட்ரஜன்	3 சதவீதம்
தாதுக்கள்	4 சதவீதம்

காட்சி ஒன்று : காஞ்சனாவுக்கு வயது 35. மஞ்சள் காமாலை நோயால் பாதிக்கப்பட்ட அவளை ஒரு சித்த மருத்துவரிடம் அழைத்துச் சென்றார்கள். காஞ்சனாவைப் பரிசோதித்து விட்டு மருந்துகள் தந்த மருத்துவர், 'நோய் குணமாகற வரைக்கும் உங்களுக்குப் பத்தியச் சாப்பாடுதான்' என்றார்.

காட்சி இரண்டு : விஸ்வநாதனுக்குச் சர்க்கரை நோய் இருப்பது கண்டறியப்பட்டபோது அவருக்கு வயது 52. அவர் அழைத்துச் செல்லப்பட்டது ஓர் அலோபதி மருத்துவரிடம். மருந்துகளைப் பரிந்துரைத்தபின் அவர் வலியுறுத்திச் சொன்ன ஒரு விஷயம் : 'இனிமே சாப்பாட்டில ரொம்ப கவனமா இருக்கணும்'.

காட்சி மூன்று : சேகருக்குத் தோலில் ஒரு பிரச்னை. அவருடைய நண்பர் ஓர் ஆயுர்வேத மருத்துவர். எனவே, அவரிடம் தனது பிரச்னையைச் சொன்னார் சேகர். அதற்கேற்றபடி மருந்துகள் தந்த மருத்துவ நண்பர், உணவு முறையை மாற்றும்படி சேகருக்கு அறிவுரை கூறினார்.

மேலே சொன்ன மூன்று காட்சிகளிலும் சம்பந்தப்பட்ட கதாபாத்திரங்கள் வேறு. அவர்களின் பிரச்னைகளும் வேறு. சிகிச்சைக்காக அவர்கள் நாடிய மருத்துவ முறைகளும் வேறு. 'சாப்பிடும் உணவில் மாற்றம் தேவை' என்பது மட்டுமே மூவருக்கும் பொதுவாகச் சொல்லப்பட்ட விஷயம்.

கற்பனையான உதாரணங்கள் கூட வேண்டாம். நமது வாழ்க்கையில் நடக்கும் சம்பவத்தையே எடுத்துக் கொள்ள லாமே. மஞ்சள்காமாலை, சர்க்கரை நோய் போன்ற சிக்கலான பிரச்னைகளுக்காக இல்லையென்றாலும் சாதாரண காய்ச் சலுக்காக மருத்துவரிடம் சென்று வந்த அனுபவம் நம் அனை வருக்குமே இருக்கும். அந்த அனுபவத்தைச் சற்று ரீவைண்ட் செய்து பாருங்களேன்.

மருத்துவர், தெர்மாமீட்டரின் உபயத்தில் எவ்வளவு டிகிரி காய்ச்சல் இருக்கிறது என்று கண்டறிவார். காய்ச்சலின் தீவிரத்துக்கு ஏற்றபடி சில மாத்திரைகளை எழுதித் தருவார். இறுதியில், 'சாதம் சாப்பிடாதீங்க. ரொட்டி இல்லன்னா கஞ்சி மட்டும் சாப்பிடுங்க' என்று ஆலோசனை சொல்வார்.

இந்த உதாரணங்களையெல்லாம் பார்க்கும்போது இயல் பாகவே நம் மனத்தில் சில கேள்விகள் எழும். நோயோ, உடல் பிரச்னையோ ஏற்படுகையில் மாத்திரைகள் மூலமாக மட்டும் அதைக் குணப்படுத்த முடியாதா? உணவுக்கட்டுப் பாட்டையும் ஏன் மருத்துவர்கள் வலியுறுத்துகிறார்கள்? உடல்நலம் சீரடைவதற்கும் உணவுக்கும் ஏதேனும் தொடர்பு இருக்கிறதா?

இவற்றுக்கெல்லாம் பதில் தெரிய வேண்டுமெனில் உணவுக்கும் உடலுக்குமான தொடர்பை நாம் புரிந்துகொள்ள வேண்டும். 'ஆஹா, டெக்னிக்கலான சமாசாரங்களைச் சொல்லி போரடிக்கப் போறாங்க' என்று பதறாமல், பயப்படாமல் தொடர்ந்து படியுங்கள்.

உடல் தொடர்ச்சியாக இயங்குவதற்கான சக்தியை வழங்க வும், உடல்நலத்தைப் பராமரிப்பதற்கும், அதன் வளர்ச்சிக் கும் சில அடிப்படையான சத்துகள் தேவைப்படுகின்றன. கார்போஹைட்ரேட் (மாவுச்சத்து), புரதம், கொழுப்பு மற்றும் தாது உப்புகள் ஆகியவைதான் அந்த அடிப்படைச் சத்துகள். உடலின் இயக்கத்துக்கு அவசியமான இவை அனைத்தும் உணவின் மூலமாகவே உடலுக்குக் கிடைக் கின்றன.

உடல் ஆரோக்கியமாக இருக்க வேண்டுமெனில் இந்தச் சத்துகளெல்லாம் சரியான விகிதத்தில் உடலுக்குள் இருக்க வேண்டும்.

சிசுப்பருவத்தில் ஆரம்பித்து, முதுமைப் பருவம் வரை பல்வேறு வளர்ச்சி நிலைகளை நாம் கடந்து வருகிறோம். ஒவ்வொரு நிலையிலும் நாம் அடைய வேண்டிய வளர்ச்சி மற்றும் உடல் மாற்றங்களுக்கு ஏற்ப, நமக்கான சத்துகளின் தேவையும் மாறுபடுகிறது. அதற்கேற்ப நாம் நமது உணவுப் பழக்கத்தை அமைத்துக் கொள்ள வேண்டியிருக்கிறது.

மூன்று வயதுக் குழந்தையாக நீங்கள் இருந்த காலத்துக்கு பிளாஷ்பேக் போய்ப் பாருங்கள். அப்போது சாப்பிட்ட அதே இரண்டு இட்லியையா இப்போதும் சாப்பிடுகிறீர்கள்? உடலுக்கான சத்துகளின் தேவைக்கு ஏற்ப, உணவுப் பழக்கத்தையும் மாற்றிக்கொண்டே வந்திருக்கிறோம் இல்லையா?

இப்படி, ஒவ்வொரு நிலையிலும் நமது உடல் தேவைக்கு ஏற்றபடி, மாவுச்சத்து, புரதம், கொழுப்பு மற்றும் தாது உப்புகளை சரியான விகிதத்தில் எடுத்துக்கொள்வதைத்தான் சரிவிகித உணவு என்கிறோம்.

வளர்ச்சிநிலைக்குத் தக்கவாறு சத்துகளின் தேவையில் மாற்றம் ஏற்படுவது போல், நோயால் பாதிக்கப்படும் போதும் உடலுக்குத் தேவையான சத்துகளின் தேவையில் மாற்றம் ஏற்படுகிறது.

இது எதனால் ஏற்படுகிறது தெரியுமா? நோயால் தாக்கப் படுவதன் விளைவாக, உடலிலுள்ள சத்துகளின் சரிவிகிதமும் பாதிக்கப்படுகிறது. சில சத்துகளின் அளவு குறைகிறது

அல்லது அபரிதமாக உயர்கிறது. எனவே, நோயினால் சத்துகளில் ஏற்பட்ட இந்த ஏற்ற இறக்கத்தை சரி செய்ய, ஆரோக்கியமான நிலையில் நாம் உட்கொள்ளும் சரிவிகித உணவின் அளவிலும் மாற்றம் செய்ய வேண்டியதாகிறது. உணவுக் கட்டுப்பாடு என்ற பெயரில் மருத்துவர் இத்தகைய மாற்றத்தைத்தான் செய்கிறார்.

இவ்வாறு நோய்க்கு ஏற்றவாறு மாற்றி அமைக்கப்படும் சரிவிகித உணவைத்தான் சிகிச்சை உணவு என்று அழைக் கிறோம். நோய்க்கான சிகிச்சையில் மருந்துகளோடு சேர்ந்து உணவும் பங்கேற்பதால்தான் இந்தப் பெயர் வழங்கப்பட்டு இருக்கிறது.

நோயைக் குணமாக்குவதில் உணவின் பங்கு என்ன? நோயின் தீவிரம் அதிகமாகாமல் தடுத்து, உடல் ஆரோக்கி யத்தைப் பழைய நிலைக்குத் திரும்பக் கொண்டு வரும் வகையில் உணவு ஒரு பாதுகாப்புக் கவசம் போல் செயல் படுகிறது.

சிகிச்சை உணவைக் கருத்தில் கொள்ளாமல், வெறுமனே மருந்துகளை மட்டும் சாப்பிட்டால் ஒரு பயனும் இல்லை. இதை விளக்க ஒரு உதாரணம் சொல்கிறேன். (சர்க்கரை நோய் பற்றி விரிவாகப் பின்வரும் அத்தியாயத்தில் சொல்லப் போகிறேன் என்றாலும் எல்லோருக்கும் தெரிந்த ஒரு பொதுவான விஷயத்தை இங்கே எடுத்துக்காட்ட வேண்டி இருக்கிறது).

நாள்பட்ட சர்க்கரைநோயால் பாதிக்கப்பட்ட ஒருவர் அதற் கான மருந்துகளை தொடர்ந்து எடுத்து வருகிறார். ஆனால் உணவில் கட்டுப்பாடு எதுவுமின்றி, உடலில் சர்க்கரைச் சத்தைச் சேர்க்கக்கூடிய பொருள்களையே சாப்பிடுகிறார் என வைத்துக் கொள்வோம். அவரின் உடல்நிலை என்னாகும்? சர்க்கரை நோயின் தீவிரம் கூடுமே தவிர குறையாது என்பதை உங்களுக்குப் புரிய வைக்க வேண்டியதில்லை.

மாறாக, உணவில் கட்டுப்பாடாக இருக்கும் சர்க்கரை நோயாளி, மருந்துகளை அதிகம் பயன்படுத்தாமல்கூட ஆரோக்கியமாக வாழ்ந்து கொண்டிருப்பதை நீங்களே கூட கண்கூடாகப் பார்த்திருக்கலாம்.

சிகிச்சையில் உணவின் பங்களிப்பை இன்னொரு வகை
யிலும் நாம் உணர்ந்து கொள்ள முடியும். மருந்துகளை
எழுதித் தரும்போது மருத்துவர்கள் முக்கியமாக ஒரு குறிப்பு
சொல்வதைக் கவனித்திருப்பீர்கள்.

'இந்த மருந்தைச் சாப்பாட்டுக்கு முன்னாடி எடுத்துக்கோங்க.
இதைச் சாப்பாட்டுக்குப் பிறகு எடுத்துக்கோங்க. இதைப்
பாலோட சேர்த்துச் சாப்பிடுங்க, இதை வெறும் வயித்தில
சாப்பிடுங்க' என உணவோடு தொடர்புபடுத்தியே மருந்து
களைக் கொடுப்பார்கள். நோயைக் குணப்படுத்த மருந்தும்
உணவும் ஒருங்கிணைந்து செயல்படுகிற காரணத்தினால்
தான் இத்தகைய குறிப்புகள் கொடுக்கப்படுகின்றன.

உணவு, மருந்தின் செயல்பாட்டைத் தூண்டி, நோயிலிருந்து
விரைவில் குணம் பெற வைக்கிறது. அதோடு மருந்தின்
வீரியத்தைக் குறைத்து தேவையான விளைவுகளை
உண்டாக்க உதவுகிறது. இப்படிப் பல வகைகளில் உணவும்,
மருந்தும் ஒருங்கிணைந்து செயலாற்றுகின்றன.

சிகிச்சையில், உணவின் பங்கு என்ன என்பது பற்றி இதுவரை
சொல்லப்பட்ட தகவல்கள் எல்லாம் புதிதாகக் கண்டு
பிடிக்கப்பட்டவை அல்ல. ஆதிகாலத்தில் இருந்தே நோய்
களுக்கான சிகிச்சையில் உணவின் முக்கியத்துவம் உணரப்
பட்டிருக்கிறது. அதனால்தான், அனைத்து மருத்துவ முறை
களும் 'பத்தியம்' என்ற பெயரில் உணவின் அடிப்படை
யிலான சிகிச்சையையும் வலியுறுத்தி வந்திருக்கின்றன.

பல வருடங்களாகவே இதன் தொடர்பான ஆராய்ச்சிகளும்,
பரிசோதனை முயற்சிகளும் தீவிரமாக மேற்கொள்ளப்பட்டு
வருகின்றன. அவற்றின் விளைவாக டயடெடிக்ஸ் (Dietetics)
என்கிற புதிய துறையே உருவாகிவிட்டது. டயடெடிக்ஸ்
என்றால் தமிழில் 'பத்திய நெறி' என்று பொருள்.

உயிர் வாழ்வதற்கும், உடல் வளர்ச்சிக்கும் எத்தகைய உணவு
முறைகளைப் பின்பற்ற வேண்டும், நோய்க்கு ஏற்றபடி,
சரிவிகித உணவில் என்னென்ன மாற்றங்களைச் செய்ய
வேண்டும், எப்படிப்பட்ட உணவுப் பழக்கத்தை பின்பற்ற
வேண்டும் என்பதைப் பற்றியெல்லாம் சொல்வதுதான்
டயடெடிக்ஸின் அடிப்படை. இந்தப் புத்தகமும் அவற்றைப்
பற்றித்தான் பேசுகிறது.

சுருங்கச் சொல்வதெனில், என்ன நோய்க்கு என்ன பத்தியம் என்பதைத்தான் இனி வரும் ஒவ்வொரு அத்தியாயத்திலும் பார்க்கப் போகிறோம். அதற்கு முன்னதாக, நோயாளியின் உடல்நிலைக்கு ஏற்றவாறு சரிவிகித உணவில் பொதுவாக எத்தகைய மாற்றங்கள் செய்யப்படுகின்றன என்பதைப் பற்றிச் சொல்கிறேன், அடுத்த அத்தியாயத்தில்.

2

உடல் பிரச்னைகள்

உணவில் மாற்றங்கள்

உங்களுக்குத் தெரியமா?

நமது உடல் எடையில் ஒவ்வொரு சத்தும் தோராயமாக எவ்வளவு சதவீத இடத்தைப் பிடித்திருக்கின்றன தெரியுமா?

சத்து	*ஆண்*	*பெண்*
புரதம்	17.0	8.5
கொழுப்பு	13.5	22.0
கார்போஹைட்ரேட்	1.5	1.5
தண்ணீர்	62.0	62.0
தாது உப்புகள்	6.0	6.0

ஆரோக்கியசாமிக்கு வயது 30. பெயருக்கு ஏற்றார் போலவே அவர் ஆரோக்கியமான ஆசாமி. உடலில் எந்தப் பிரச்னையும் இல்லை. அவருடைய தினசரி உணவுப்பழக்கம் எப்படி இருக்கிறது என்று பார்க்கலாமா?

காலையில் எழுந்து பல் துலக்கியவுடன் ஏதாவதொரு சத்து பானம். காலை உணவாக ஐந்து அல்லது ஆறு இட்லி; மதிய நேரத்தில் சாம்பார்/குழம்பு, ரசம், மோர், பொரியல்,

அப்பளத்தோடு சாப்பாடு; மாலையில் இரண்டு வடை/ போண்டாவோடு காபி/டீ; இரவில் சப்பாத்தியுடன் சாதம் அல்லது மதிய நேர மெனு அப்படியே.

நம்மில் பெரும்பாலானோரின் உணவுப்பழக்கம் இப்படித் தான் அமைந்திருக்கிறது. விருப்பத்தைப் பொறுத்து, வயதைப் பொறுத்து இந்த மெனுவிலுள்ள அயிட்டங்கள் மாறலாம்; அல்லது அளவு மாறலாம். திட உணவு, திரவ உணவு, மென்மையான உணவு, கடினமான உணவு என நமது உணவுமுறையில் எல்லா வகை உணவுகளும் கலந்திருக் கின்றன.

குறிப்பிட்ட உணவில் இவ்வளவு மாவுச்சத்து இருக்கிறது, இவ்வளவு புரதம் இருக்கிறது, இவ்வளவு கொழுப்பு இருக்கிறது என்று அளவெடுத்து யாரும் சாப்பிடுவதில்லை. ஆனாலும் நமக்குத் தேவையான சத்துகள் இந்த உணவுப் பழக்கத்தின் மூலமாகவே கிடைத்து விடுகின்றன.

திடீரென நமது உடல் மீது குறிப்பிட்ட நோயொன்று குடியேறுகிறது என்று வைத்துக்கொள்வோம்.. சிகிச்சைக் காக நாம் மருத்துவரைத் தேடிப் போகிறோம். மருத்துவர் நோயின் தன்மையையும், நம் உணவுப்பழக்கத்தையும் நன்கு தெரிந்து கொள்கிறார்.

சத்துணவியல் நிபுணரோடு சேர்ந்து, நோயின் இயல்புக்கு ஏற்ப நமது உணவுமுறையில் சில மாற்றங்களைச் செய்கிறார்.

உணவுப்பழக்கத்தில் அப்படி என்னென்ன மாற்றங்கள் செய்யப்படும்?

- உணவின் தன்மையும், பண்பும் மாற்றப்படலாம்.

- உணவிலுள்ள குறிப்பிட்ட ஊட்டச்சத்தின் அளவு குறைக்கப்படலாம் அல்லது அதிகரிக்கப்படலாம்.

- குறிப்பிட்ட சில உணவுப் பொருள்கள் தவிர்க்கப் படலாம்.

- உணவின் அளவு மாற்றப்படலாம்.

- உணவு உட்கொள்ளும் நேரங்களில் மாற்றங்கள் இருக்கலாம்.

மேலே குறிப்பிட்டுள்ள ஒவ்வொரு மாற்றமும் எத்தகைய சூழலில், எந்தெந்தப் பிரச்னைகளுக்காகச் செய்யப்படுகிறது என்பதை இன்னும் சற்று விரிவாகப் பார்க்கலாம்.

உணவின் தன்மையில் செய்யப்படும் மாற்றங்கள்

தெளிந்த திரவ உணவு (Clear Liquid Diet)

ஏதேனும் ஒரு உடல் பிரச்னைக்காக ஒருவருக்கு அறுவைச் சிகிச்சை செய்ய வேண்டியிருக்கும். அறுவைச் சிகிச்சை செய்வதற்கு சில மணி நேரங்களுக்கு முன்னதாக நோயாளிக்கு உணவு கொடுப்பதை நிறுத்தி விடுவார்கள். சில மணி நேரம் முன்பு என்பது எட்டு மணி நேரமாகவும் இருக்கலாம். பனிரெண்டு மணி நேரமாகவும் இருக்கலாம். அறுவைச் சிகிச்சையின் தன்மைக்கு ஏற்ப மருத்துவர் அந்த நேரத்தை முடிவு செய்வார்.

அறுவைச் சிகிச்சைக்கு முன்பு நோயாளிக்குக் கடைசியாகக் கொடுக்கப்படுவது தெளிந்த திரவ உணவாக இருப்பது நல்லது. அறுவைச் சிகிச்சை முடிந்த பின்னரும், முதல் 48 மணி நேரத்துக்கு இவ்வகை உணவு கொடுக்கப்படும். இதில் சிறிய அளவு கூட திட உணவு சேர்க்கப்படாது.

அறுவைச் சிகிச்சையின் காரணமாக உடலின் ஈரத்தன்மை குறைவதற்கு வாய்ப்பிருக்கிறது. மேலும் அந்நிலையில் சத்து களை ஜீரணித்து உட்கிரகித்துக்கொள்ளும் திறனும் குறை வாகவே இருக்கும். இவற்றை அடிப்படையாகக் கொண்டு தான், உடலின் ஈரத்தன்மை குறையாமல் இருக்கவும், குறைந்த அளவு கலோரி சக்தியைக் கொடுக்கவும் இத்தகைய உணவு பயன்படுகிறது. ஒரு மணி நேரத்துக்கு 30 மி.லி-60 மி.லி என்ற அளவில் தெளிந்த திரவ உணவு வழங்கப்படும்.

அதிக வயிற்றுப்போக்கு, வாந்தி, வயிறு உப்புசம் போன்ற பிரச்னைகளின் காரணமாக திட உணவை ஏற்றுக்கொள்ள முடியாத நிலையில் இருப்பவர்களுக்கும் தெளிந்த திரவ உணவைக் கொடுக்கலாம்.

இந்த வகையின் கீழ் வருகிற உணவு வகைகள்:

- தெளிந்த காய்கறி சூப்

- நன்கு வடிகட்டிய பழச்சாறு
- இளநீர்
- பால் சேர்க்காத காபி/டீ
- குளுக்கோஸ்/சர்க்கரைத் தண்ணீர்

முழுமையான திரவ உணவு (Full Liquid Diet)

அறுவைச் சிகிச்சை முடிந்த பின்னர், திரவ உணவை எடுத்துக்கொள்வதற்கு முன்னதாக முழுத்திரவ உணவைக் கொடுக்கலாம். திட உணவுகளை மெல்லவோ, முழுங்கவோ முடியாத நோயாளிகளுக்கும், உடல்நிலை கடுமையாகப் பாதிக்கப்பட்டவர்களுக்கும் இவ்வகை உணவு வழங்கப்படுகிறது.

அறையின் வெப்பநிலையில் திரவத்தன்மையில் இருக்கக் கூடிய அல்லது இரைப்பையை அடைந்ததும் திரவமாக மாறக் கூடிய உணவுப்பொருள்கள், முழுத் திரவ உணவு வகையில் அடங்கும். எளிதில் ஜீரணமாகக்கூடிய திட பொருள்கள் அடங்கிய திரவ உணவுகளையும் இதில் சேர்த்துக் கொள்ளலாம்.

நோயாளிக்கு 1200 கலோரி சக்தியையும், 35 கிராம் புரதத்தையும் கொடுக்கக்கூடிய வகையில் இத்தகைய உணவைத் திட்டமிட வேண்டும்.

இந்த வகையின் கீழ் வருகிற உணவுகள்:

- ரவைக் கஞ்சி, அரிசிக் கஞ்சி
- மோர், க்ரீம், ஐஸ்கிரீம்
- வெண்ணெயுடன் கூடிய காய்கறி சூப்
- பால், முட்டை
- பருப்பு சூப்
- பழச்சாறு
- டீ, காபி
- கார்பனேட்டட் பானங்கள்

மென்மையான உணவு (Soft Diet)

அறுவைச் சிகிச்சைக்குப் பிறகு, உடல் தேறி வரும் காலத்தில் மென்மையான உணவு கொடுக்கப்பட வேண்டும். இரைப்பை-குடல் சம்பந்தமான பிரச்னையாலும் கடுமை யான நோய்த்தொற்றினாலும் பாதிக்கப்பட்டு மீண்டு வருபவர்களுக்கும் மிருதுவான உணவைக் கொடுக்கலாம். வயதானவர்களுக்கும் இத்தகைய உணவு ஏற்றது.

இந்த வகையின் கீழ் கொடுக்கப்படும் உணவுகள், மெல் வதற்கு எளிதானதாகவும், கடினத்தன்மை இன்றி மென்மை யாகவும் இருக்க வேண்டும். எளிதில் ஜீரணமாகக் கூடிய உணவாகவும் அது அமைய வேண்டும். மென்மையான உணவைத் தயாரிக்கையில், அதிகக் காரம், மசாலா பொருள் கள் இல்லாமல் பார்த்துக்கொள்வது நல்லது. நார்ச்சத்தும் அதிக அளவில் சேர்க்கப்படக்கூடாது.

40 கிராம் புரதச்சத்தையும், 1500 கலோரி சக்தியையும் கொடுக்கக்கூடிய வகையில் மென்மையான உணவு திட்ட மிடப்படவேண்டும்.

மாதிரி உணவுத் திட்டம்

காலை நேரம் : பால்/டீ/காபி சர்க்கரை சேர்த்தது, ரொட்டி/இட்லி/ இடியாப்பம்/ரவை உப்புமா/சேமியா உப்புமா/ வேகவைத்த முட்டை

மதிய நேரம் : சூப், சாதம், நன்கு வேகவைத்து மசித்த காய்கறிகள், தயிர், பழச்சாறு

மாலை நேரம் : டீ/காபி, 3 பிஸ்கட்

இரவு நேரம் : மதிய உணவைப் போலவே

படுக்கச் செல்லும் முன் : ஒரு கப் பால்

வழக்கத்திலுள்ள சாதாரண உணவு (Regular Normal Diet)

நோயாளி ஓரளவு குணமடைந்ததும் மருத்துவரின் பரிந்துரை யின் பேரில் தினசரி உட்கொள்ளும் சாதாரண உணவைக் கொடுக்கலாம். ஆனால் பூரணமாகக் குணமாகவில்லை என்ப தால் விருப்பம் போல் சாப்பிடலாம் என எதிர்பார்க்கக் கூடாது.

வழக்கமான மெனுவாக இருந்தாலும், எளிதில் செரிக்கக் கூடியதாகவும் கொழுப்புச் சத்து குறைவாகவும் அதிக மசாலாக்கள் இல்லாததாகவும் உணவு அமைய வேண்டும். 1500- 2000 கலோரி சக்தியையும் 45 கிராம் புரதச்சத்தையும் கொடுக்கக்கூடிய அளவில் இவ்வகை உணவு திட்டமிடப்பட வேண்டும்.

உணவின் தன்மையில் செய்யப்படுகிற மாற்றங்கள் பற்றி இதுவரை பார்த்தோம். நோய்க்குத் தகுந்தவாறு, சத்துகளின் அளவிலும், அவற்றின் விகிதத்திலும் பல்வேறு மாற்றங் களைச் செய்ய வேண்டியிருக்கும். அவற்றைப் பற்றி இனி பார்க்கலாம்.

குறைந்த சக்கை உணவு

குடல் பகுதியில் அறுவைச் சிகிச்சை செய்யப்பட்ட நோயாளி களுக்கு குறைந்த சக்கை உணவைக் கொடுக்க வேண்டும். ஏனெனில், குடலில் அறுவைச் சிகிச்சை செய்யப்பட்டிருப்ப தால், மலத்தை உருவாக்குவதற்கான இயக்கம் பாதிக்கப் பட்டிருக்கும். உணவில் சக்கையின் அளவு அதிகமாக இருக்கும் நிலையில், மலத்தை உருவாக்கும் பணிக்காக அது குடலைத்தான் தொந்தரவு படுத்தும்.

எனவே, இத்தகைய நோயாளிகளுக்குக் கொடுக்கப்படும் உணவிலுள்ள சத்துகள் முற்றிலுமாக உட்கிரகிக்கப்படும் வகையிலும் மலத்தை உண்டாக்குவதற்கான சக்கை சிறிய அளவே இருக்குமாறும் கவனமாகத் திட்டமிட வேண்டும்.

குறைந்த சக்கை உணவைத் திட்டமிடும்போது சேர்த்துக் கொள்ள வேண்டிய உணவு வகைகள்:

டீ, காபி, பால், தெளிந்த சூப், ரொட்டி, ரவை, அரிசி, மைதா சப்பாத்தி, கோழி இறைச்சி, மீன், முட்டை, மசித்த

உருளைக்கிழங்கு, கீரைகள், வாழைப்பழம், வேகவைத்த ஆப்பிள், வெண்ணெய், மற்றும் நெய்.

தவிர்க்க வேண்டிய உணவுகள்:

முழு தானிய வகைகள், பருப்பு வகைகள், எண்ணெயில் வறுத்து எடுக்கப்பட்ட மீன், இறைச்சி, தோலுடன் கூடிய பழங்கள், விதையுடன் கூடிய பழங்கள் (கொய்யா, மாதுளை போன்றவை), பதப்படுத்தப்பட்ட சீஸ். ஒரு நாளுக்கு ஒரு கோப்பை பாலே போதுமானது. அதற்கு மேல் அருந்தக் கூடாது.

அதிக சக்கை உணவு

மலச்சிக்கலைத் தவிர்க்கக்கூடிய தன்மை சக்கை உணவுக்கு உண்டு. தீராத மலச்சிக்கலால் அவதிப்படுபவர்களுக்கு இத்தகைய உணவு கொடுக்கப்படும்.

இந்த வகையில் சேர்க்கப்பட வேண்டிய உணவுகள்:

முழு தானிய வகைகள், கோதுமை ரொட்டி, சோயா. அசைவ உணவுகளை அதிகமாக எடுத்துக்கொள்ளும்போது, கீரை வகைகள், பீன்ஸ், காலிபிளவர், கொய்யாப்பழம், பப்பாளி, மாதுளை, சீதாப்பழம், தோல் நீக்காத மற்ற பழங்கள் ஆகியவற்றை உடன் எடுத்துக்கொள்ள வேண்டும்..

தவிர்க்க வேண்டியவை:

கிழங்கு வகைகள், அரைரொட்டி மாவு (arrow root), ஜவ்வரிசி.

கலோரி நிறைந்துள்ள உணவு

ஊட்டச்சத்துகள் குறைபாடு, எடைக்குறைவு, தைராய்ட் சுரப்பி தன் ஹார்மோனை அதிகமாகச் சுரப்பது போன்ற பிரச்னைகளால் பாதிக்கப்பட்டவர்களுக்கு அதிக அளவு சக்தி தேவைப்படும். காய்ச்சலால் பாதிக்கப்பட்டவர்களின் நிலையும் இதேதான். இத்தகைய நோயாளிகளுக்கு கலோரி நிறைந்துள்ள உணவைக் கொடுக்க வேண்டும்.

சர்க்கரை, வெண்ணெய், பாலேடு போன்றவற்றை அதிகமாக உணவில் சேர்த்துக்கொள்வதன் மூலம், அதிக அளவு கலோரி கிடைக்குமாறு செய்ய முடியும். இந்த நிலையில் வறுத்த

உணவுகளை எடுத்துக் கொள்வதைத் தவிர்க்க வேண்டும். வறுத்த உணவுகளின் காரணமாக பசியின்மை ஏற்படும். எனவே, சாப்பிடும் அளவு குறைந்து போதுமான அளவு கலோரி கிடைக்காமல் போகலாம்.

கலோரி நிறைந்துள்ள உணவை ஒரு நாளைக்கு ஐந்து முறை கொடுக்கலாம்.

கலோரி குறைவாக உள்ள உணவு

அதிக எடை, நீரிழிவு, இதய நோய், ரத்த அழுத்தம், பித்தப்பை நோய், கௌட் (Gout) போன்ற நோய்த்தாக்குதல் களுக்கு ஆளானவர்கள் கலோரி குறைந்த அளவே உள்ள உணவைச் சேர்த்துக்கொள்ள வேண்டும். குறிப்பாக, குறைந்த அளவு கலோரி தரும் காய்கறிகளைச் சேர்த்துக் கொள்வது நல்லது.

சக்தி அளிக்கக்கூடிய புரதம், கொழுப்பு, கார்போஹைட்ரேட் ஆகிய மூன்று சத்துகளும் இவ்வகை உணவில் குறைவாகவே இருக்க வேண்டும்.

புரதச்சத்து அதிகமுள்ள உணவு

ஈரல் நோய், ரத்தச் சோகை, புரதக்குறைபாட்டினால் ஏற்படும் கோளாறுகள் போன்ற பிரச்னைகளால் பாதிக்கப் பட்டவர்களுக்கு புரதச்சத்து அதிகமுள்ள உணவை கொடுக்க வேண்டும். தீ விபத்தால் காயமடைந்தவர்களுக்கும் அறுவைச் சிகிச்சை செய்து கொண்டவர்களுக்கும் கூட புரதச்சத்து அதிகம் தேவைப்படுகிறது.

சாதாரணமாக தினமும் சாப்பிடும் உணவுடன் பால், இறைச்சி, பருப்பு, பயறு வகைகள், தயிர், முட்டை, சீஸ் ஆகியவற்றைச் சேர்த்துக் கொண்டாலே புரதச்சத்து அதிக மாகக் கிடைக்கும். ஒரு நாளைக்கு மூன்று முறை இத்தகைய உணவை அளிக்கலாம்.

புரதச்சத்து குறைவான உணவு

சிறுநீரகம் சரியாக இயங்கவில்லையெனில் கழிவுப்பொருள் களை வெளியேற்ற முடியாத நிலை உருவாகும். இதனால் கால்களில் வீக்கம் ஏற்படும். இது போன்ற பிரச்னைகளால்

பாதிக்கப்பட்டவர்கள், புரதச்சத்தை குறைவாகவே எடுத்துக் கொள்ள வேண்டும். புரதச்சத்தோடு சோடியம், பொட்டாசியம் போன்ற தாதுஉப்புகளையும் குறைத்துக்கொள்ள வேண்டும்.

இரண்டு கோப்பை பாலுக்கு மேல் எடுத்துக் கொள்ளக் கூடாது. மீன், இறைச்சி ஆகியவற்றை மிதமாக சேர்த்துக் கொள்ள வேண்டும்.பயறு, பருப்புகளைத் தவிர்க்க வேண்டும். உணவில் உப்பை அதிகம் சேர்த்துக் கொள்ளக்கூடாது.

கொலஸ்ட்ரால் கட்டுப்படுத்தப்பட்ட உணவு

பித்தப்பை கற்கள், அதரோஸ்கிளியரோசிஸ் (Atherosclerosis) போன்ற பிரச்னைகளால் பாதிக்கப்பட்டவர்களுக்கான சிகிச்சையில், அவர்களின் உணவில் கொலஸ்ட்ராலைக் கட்டுப்படுத்துவதுதான் மிக முக்கியமான அம்சம். இல்லையெனில் கொலஸ்ட்ரால் ரத்த நாளங்களில் மேலும் மேலும் படிந்து நோயின் தாக்கத்தை அதிகப்படுத்தி விடும்.

முட்டையின் மஞ்சள் கரு, பால் ஏடு, வெண்ணெய், ஈரல், மூளை, பொரிக்கப்பட்ட உணவுகள், பேக்கரி பொருள்கள் போன்றவற்றைக் கண்டிப்பாகத் தவிர்க்க வேண்டும். காய்கறிகளையும், பழங்களையும் அதிகமாகச் சேர்த்துக் கொள்ள வேண்டும்.

சோடியம் கட்டுப்படுத்தப்பட்ட உணவு

இதயம், குருதிநாளம் சார்ந்த நோய், ஈரல் நோய், சிறுநீரகக் கோளாறுகள், ரத்த அழுத்தம் போன்ற பிரச்னைகளுக்கு ஆளானவர்கள், உணவில் சோடியத்தை குறைந்த அளவில் எடுத்துக்கொள்ள வேண்டும். கர்ப்பக் காலத்தில் பெண்களுக்கு உடலில் நீர் தேங்கி சிக்கலை உண்டாக்கும். அவர்களும் சோடியத்தின் அளவைக் குறைத்துக்கொள்ள வேண்டும். ஒரு நாளைக்கு 2 கிராம் என்ற அளவில் மட்டும் உப்பைச் சேர்த்துக்கொள்வதே அவர்களின் உடல்நலத்துக்கு நல்லது.

மேலே சொன்ன பிரச்னைகளால் பாதிக்கப்பட்டவர்கள், பால், இறைச்சி, மீன், முட்டை ஆகியவற்றை மிதமாகச் சேர்த்துக்கொள்ள வேண்டும். உப்பு அதிகமாகக் காணப்படும் உலர்ந்த மீன், பதப்படுத்தப்பட்ட உணவுகள், ஊறுகாய்,

பேக்கரிப் பொருள்கள், பிஸ்கட், அப்பளம், அஜின மோட்டோ போன்றவற்றுக்கு தடா போட்டு விட வேண்டும்.

பியூரின் (Purine) **சத்து குறைந்த உணவு**

உடலில் இருந்து யூரிக் அமிலம் சரியாக வெளியேற்றப்பட வில்லையெனில் கௌட் என்ற நோய் உருவாகும். இந்நோயால் பாதிக்கப்பட்டவர்களின் கால் வீக்கமடையும். இவர்களுக்காகவே பியூரின் சத்து குறைந்த உணவு பரிந் துரைக்கப்படுகிறது.

உணவில் இறைச்சியை குறிப்பாக, ஈரல், மூளை போன்ற வற்றை முழுமையாக ஒதுக்க வேண்டும்.

இதுவரை சொல்லப்பட்டவை தவிர பிளாண்ட் உணவு (Bland Diet) என்றொரு வகையும் உண்டு. கடுமையான காய்ச்சல், வயிற்றுப்போக்கு, மஞ்சள் காமாலை, குடல் புண், இரைப்பையில் புண் போன்ற பிரச்னைகளுக்கு இத்தகைய உணவு வழங்கப்படுகிறது.

குடலில் அறுவைச் சிகிச்சை செய்து கொண்டவர்களுக்கும் பிளாண்ட் உணவே கொடுக்கப்பட வேண்டும். ஒரு நாளைக்கு ஆறு முறை என்ற அளவில் சிறிது சிறிதாக இவ்வகை உணவை வழங்கலாம்.

காரத்தையும், மசாலாவையும் சேர்க்காமல், நார்ச்சத்து அதிகம் இல்லாத வகையில் இவ்வகை உணவு தயாரிக்கப்பட வேண்டும். குடலின் இயக்கத்தைக் குறைக்கவும், எந்த வகையான அரிப்பும் உண்டாகாமல் பாதுகாக்கவே பிளாண்ட் உணவு வழங்கப்படுகிறது.

பிளாண்ட் உணவில் சேர்க்கப்பட வேண்டியவை:

பால், பால் ஏடு, வெண்ணெய், சீஸ், முட்டை, இறைச்சி, பழச்சாறுகள், வடிகட்டின காய்கறி, நூடுல்ஸ், உருளைக் கிழங்கு.

தவிர்க்க வேண்டியவை:

முற்றிய நிலையிலுள்ள காய்கள், பழங்கள் (சாறு வடிவத்தில் மட்டுமே எடுத்துக்கொள்ள வேண்டும்), ஊறுகாய், மிளகாய், மிளகு, காபி, டீ மற்றும் பதப்படுத்தப்பட்ட சீஸ்.

குழாய் மூலம் உணவைச் செலுத்துதல் (Tube Feeding)

உணவுக்குழாய் அடைப்பு, கடுமையான தீக்காயங்கள் போன்றவற்றால் பாதிக்கப்பட்ட நோயாளிகளால் உணவை வாய் வழியாக எடுத்துக்கொள்ள முடியாது. குடலில் அறுவைச் சிகிச்சை செய்து கொண்டவர்களின் நிலையும் இதுதான். இத்தகைய நோயாளிகளுக்கு மூக்கினுள் குழாய் செருகப்பட்டு அதன் வழியாக உணவு செலுத்தப்படுகிறது. இதைத்தான் ட்யூப் பீடிங் என்கிறோம்.

இவ்வாறு குழாய் மூலம் செலுத்தப்படும் உணவு, திட நிலையில் இல்லாமல் நன்கு அரைக்கப்பட்டதாகவும், சுத்தமானதாகவும், சக்கை நீக்கப்பட்டதாகவும் இருக்க வேண்டும்.

குழாயின் மூலம் எவ்வளவு உணவு வழங்கப்பட வேண்டும், அதில் சத்துகளின் அளவு எந்த விகிதத்தில் அமையவேண்டும் என்பதை மருத்துவரும், உணவியல் நிபுணரும் சேர்ந்து நிர்ணயிப்பார்கள். உணவை ஏற்றுக்கொள்ளும் நிலையில் நோயாளியின் உடல்நிலை இருக்கிறதா என்பதையும் கவனத்தில் எடுத்துக்கொள்ள வேண்டும்.

உணவில் செய்யப்படும் பொதுவான மாற்றங்களைப் பார்த்தாயிற்று. இனி ஒவ்வொரு நோய்க்குமான பத்திய உணவுமுறை பற்றி பார்க்கலாம்.

3

சர்க்கரை நோய்

வாயைக் கட்டுங்கள்

உங்களுக்குத் தெரியுமா?

சர்க்கரை நோயில் பிரிட்டல் டயபடீஸ் என்றொரு வகையுண்டு. சர்க்கரையின் அளவு உடலில் தாறுமாறாக ஏறிஇறங்கும் நிலையைத்தான் இப்படிக் குறிப்பிடுகிறார்கள்.

நெருங்கிய தோழி ஒருவரின் திருமணத்துக்குச் சென்றிருந்தேன். விருந்து சாப்பிட்டுக் கொண்டிருக்கையில் இரண்டு பெண்மணிகள் பேசிக்கொண்டது காதில் விழுந்தது.

'உனக்குத்தான் சர்க்கரை நோய் இருக்கே, நீ போய் டம்ளர் டம்ளரா பாயசம் வாங்கிச் சாப்பிடலாமா? உன் உடம்புக்கு ஒத்துக்குமா?'

'சர்க்கரை நோய்க்கு சர்க்கரைதான் சாப்பிடக்கூடாது. இந்த பாயசத்தில வெல்லம்தான் போட்டிருக்காங்க. வெல்லம் சாப்பிடறதால ஒண்ணும் ஆகாது. அதோட, அஞ்சு வருஷமா தொடர்ந்து மருந்து, மாத்திரைகளை சாப்டுட்டு வர்றேன். அதனால ஒரு பிரச்னையும் வராது.'

அதிர்ச்சி கொடுத்தது இந்த உரையாடல். இந்தியாவில் இன்றைக்கு இரண்டு கோடி மக்கள் சர்க்கரை நோயால் பாதிக்கப்பட்டுள்ளனர். 2025-ம் ஆண்டுக்குள் இந்த

எண்ணிக்கை மூன்று கோடியைத் தாண்டிவிடும் என்றும் உலக சுகாதார மையம் எச்சரித்துள்ளது.

'சர்க்கரைநோயின் தலைநகரம்' என்று அடையாளப்படுத்தும் நிலையில் இருக்கும் இந்தியாவில், இந்நோயைப் பற்றி இவ்வளவு குறைவான விழிப்புணர்வு இருப்பது மிக ஆபத்தானது.

எனவே, சர்க்கரைநோயாளிகளுக்கான உணவுமுறை பற்றித் தெரிந்துகொள்ளும் முன்னர், அந்நோயைக் கொஞ்சம் அறிமுகப்படுத்திக்கொள்வோம்.

சர்க்கரை நோய் என்றால் என்ன?

உணவில் உள்ள சத்துகள் பற்றி ஏற்கெனவே குறிப்பிட்டு இருக்கிறேன். அவற்றுள் கார்போஹைட்ரேட் எனப்படும் மாவுச்சத்துதான், சர்க்கரைச் சத்தாக மாற்றப்படுகிறது. மோனோசாக்ரைடுகள் எனப்படும் ஒற்றைச் சர்க்கரை, டைசாக்ரைடுகள் எனப்படும் இரட்டைச் சர்க்கரை, பாலி சாக்ரைடுகள் எனப்படும் பல சர்க்கரை என சர்க்கரைச் சத்தில் பல வகைகள் உண்டு.

பழங்களில் இருந்து கிடைக்கும் மாவுச்சத்து, மோனோ சாக்ரைடு வகையைச் சார்ந்தது. இவ்வகை சர்க்கரை எளிதில் ஜீரணமாகி வெகு விரைவாகவே ரத்தத்தில் கலந்துவிடும். கரும்பு, சர்க்கரை, பால் போன்ற பொருள்களில் இருந்து இரட்டைச் சர்க்கரை கிடைக்கிறது. அரிசி, கோதுமை, கேழ் வரகு, கிழங்கு வகைகள், பருப்புகள் போன்ற பொருள்களின் மூலமாக பல சர்க்கரை வகை கிடைக்கிறது.

நமது உடலிலுள்ள ஜீரண மண்டலம் மூலமாக, உணவிலுள்ள மாவுச்சத்து, குளுக்கோஸ் என்ற சர்க்கரைப் பொருளாக மாற்றப்பட்டு, ரத்த ஓட்டத்தில் கலக்கப்படுகிறது. அதன் வாயிலாக உடலிலுள்ள அனைத்து அணுக்களுக்கும் சர்க் கரைச் சத்து போய் சேர்கிறது.

உடம்பிலுள்ள அணுக்களுக்கு வெறும் குளுக்கோஸ் போய்ச் சேர்வதால் எந்தப் பயனுமில்லை. அந்தச் சர்க்கரை எரிக்கப் பட்டு அதிலிருந்து சக்தி பிறக்க வேண்டும். அந்தச் சக்தியின் மூலமாகத்தான் நாம் தெம்பாக வேலை செய்ய முடிகிறது.

தொடர்ந்து துடிப்புடன் செயலாற்ற முடிகிறது. சுருங்கச் சொன்னால் உடல் இயக்கத்துக்குத் தேவையான எரிபொருள், சர்க்கரைச் சத்திலிருந்துதான் தயாரிக்கப்படவேண்டும்.

குளுக்கோஸிலிருந்து எப்படி எரிபொருளைத் தயாரிப்பது?

அதற்குத்தான் இன்சுலின் (Insulin) என்ற ஹார்மோன் உதவுகிறது. நமது உடலில் கணையம் (Pancreas) என்றொரு பகுதி இருக்கிறது. அதிலுள்ள லாங்கர்ஹான் திட்டுக்கள் (islets of Langerhans) எனப்படும் செல் தொகுப்பில் கிட்டத்தட்ட பத்துலட்சம் செல்கள் உள்ளன. அவற்றில் அடங்கியுள்ள பீட்டா செல்கள் (beta cells)தான் இன்சுலினைச் சுரக்கின்றன.

கணையத்தினால் சுரக்கப்படும் இன்சுலின்தான் சர்க்கரையை எரித்து எரிபொருளை உருவாக்கி உடலுக்கு வழங்குகிறது. தேவையான அளவு இன்சுலினை கணையம் உற்பத்தி செய் யாத நிலையில், ரத்தத்தில் சர்க்கரையின் அளவு உயர்கிறது. ரத்தத்தில் சர்க்கரையின் அளவு அபரிதமாக உயர்ந்து விடும் இந்தநிலைதான் சர்க்கரை நோய் அல்லது நீரிழவு நோய் எனப்படுகிறது. ஆங்கிலத்தில் இதனை டயபடீஸ் மெலிடஸ் (Diabetes mellitus) என்றழைக்கிறோம்.

கணையத்திலிருந்து இன்சுலின் சுரக்கவில்லை என்றாலோ, அல்லது போதிய அளவு சுரக்கவில்லை என்றாலோ, நீரிழிவு நோய் ஏற்படுகிறது. சில நேரங்களின் போதிய அளவு இன்சுலின் சுரப்பு இருந்தாலும் ஏதோ பல காரணங்களால், அதை ஏற்கும் தனமையை திசுக்கள் இழந்து விடுகின்றன. இதனால் கூட நீரிழிவு நோய் ஏற்படலாம்.

சர்க்கரை நோயின் வகைகள்

சர்க்கரை நோயில் பல வகைகள் உண்டு. அவை,

- இன்சுலின் சார்ந்த டயபடீஸ் (Insulin-Dependent Diabetes Mellitus- IDDM)
- இன்சுலின் சாராத டயபடீஸ் (Non-insulin Dependent Diabetes Mellitus- NIDDM)
- கர்ப்பிணிகளைப் பாதிக்கும் சீரற்ற சர்க்கரை ஏற்பு நிலை (Gestational Diabetes)

இன்சுலின் சார்ந்த சர்க்கரை நோய்

இன்சுலினைச் சார்ந்த நீரிழிவு நோயை, டைப்-1 நீரிழிவு நோய் என்றும் குறிப்பிடுவார்கள். இது பெரும்பாலும் 15 வயதுக்கு உட்பட்ட சிறுவர்களையும், டீன் ஏஜ் பருவத் தினரையும்தான் அதிகமாகத் தாக்கும். ஏதோ ஒரு காரணத் தால் இன்சுலின் உற்பத்தி தடைபட்டுப் போவதுதான் இவ்வகை சர்க்கரைநோய் ஏற்படுவதற்குக் காரணம்.

இன்சுலின் உற்பத்தி எப்படி தடைபடும்? நமது உடலில் இயல்பாகவே உள்ள நோய் எதிர்ப்புச் சக்திக்கு வெள்ளை அணுக்களே பொறுப்பு. சுற்றுப்புறச் சூழலின் தாக்கத்தால், கணையச் சுரப்பியிலுள்ள பீட்டா செல்களை, நோய்க்கிருமிகள் போன்ற எதிரிகளாக நினைத்து வெள்ளை அணுக்கள் அழித்து விடுகின்றன. இதனால் இன்சுலின் உற்பத்தி தடைபடலாம்.

கணையத்தில் ஏற்படும் நோய்களின் காரணமாகவும் இன்சுலின் உற்பத்தி பாதிக்கப்படலாம். இவ்வகை சர்க்கரை நோயால் பாதிக்கப்பட்டவர்கள், இன்சுலினை ஊசி மூலம் செலுத்தினால் மட்டுமே உயிர் வாழ முடியும். ஆயுள் முழுக்க இன்சுலினை நம்பியே அவர்கள் வாழ வேண்டியிருக்கும்.

இன்சுலின் சாராத சர்க்கரை நோய்

இது டைப்-2 வகை சர்க்கரை நோய் என்றும் அழைக்கப் படுகிறது. இவ்வகை நோய், நடுத்தர வயதைத் தாண்டியவர் களையே அதிகம் பாதிக்கிறது. ஏதோ ஒரு காரணத்தால் உடலுக்குத் தேவையான அளவு இன்சுலினை கணையத்தால் சுரக்க முடியாத நிலை ஏற்படும். போதுமான அளவு இன்சுலின் சுரப்பு இருந்தாலும், சில சமயங்களில் அதை ஏற்கும் தன்மையை உடல் அணுக்கள் இழந்து விடுகின்றன.

இதனால், ரத்தத்தில் சர்க்கரையைக் கட்டுப்படுத்தும் திறன் பாதிக்கப்பட்டவரின் உடலில் முற்றிலுமாகக் குறைந்து விடுகிறது. ரத்தத்தில் சர்க்கரையின் அளவும் அதிகரித்து விடுகிறது. இதைத்தான் இன்சுலின் சாராத சர்க்கரை நோய் என்றழைக்கிறார்கள்.

மற்ற வகைகளை விட மேலே சொன்ன இரண்டு வகைகளில் தான் பெரும்பாலும் சர்க்கரை நோய் உருவாகிறது.

சர்க்கரை நோய்க்கான காரணங்கள்

பரம்பரை மரபணுக் கோளாறே நீரிழிவு வர முக்கிய காரணம் என்பதை நாம் புரிந்து கொள்ளவேண்டும். தாய் தந்தை இருவருக்கும் நீரிழிவு நோய் இருந்தால், அவர்களின் குழந்தைகளும் பிற்காலத்தில் பாதிக்கப்படுவதற்கு 90 சதவீத வாய்ப்பு உண்டு. இருவரில் யாரேனும் ஒருவருக்கு இருந் தால், அவர்களின் குழந்தைகள் பாதிக்கப்படுவதற்கான வாய்ப்பு 50 சதவீதம்.

தாய் தந்தை இருவரும் நீரிழிவு நோயினால் பாதிக்கப்படாத பட்சத்தில் கூட குழந்தைகளுக்கு 30 சதவீதம் வரை நோய் தாக்க வாய்ப்பு உண்டு.

பட்டினி கிடப்பதாலும், அதிக அளவு உணவை உண்பதாலும் கூட (Fasting and Feasting) நீரிழிவு நோய் வரலாம்.

நாகரீகம் வளர வளர நம்முடைய வாழ்க்கை முறையிலும் பல மாற்றங்கள் ஏற்பட்டுள்ளன. துரித உணவுகளை அதிகம் உட்கொள்ளும் மேல் நாட்டு நாகரீகம் நம்மிடையே புகுந்து விட்டது. உணவில் மாற்றங்களை விரும்பும் நம்மில் பெரும் பாலோர், உடற்பயிற்சிக்கு முக்கியத்துவம் கொடுப்ப தில்லை. இதன் காரணமாக உடலில் சேரும் சர்க்கரை, எரி பொருளாக மாற்றப்படாமல் சேர்ந்துகொண்டே வந்து, எடை அதிகரிக்கிறது. அதன் தொடர்ச்சியால் டயபடீஸ் பாதிப்பு ஏற்படுகிறது.

அதிக உடல் பருமன், நீரிழிவு நோய் வர ஒரு முக்கியமான காரணம். உடல் உழைப்பு இல்லாதவர்கள் மிகச் சுலபமாக இந்நோயின் தாக்குதலுக்கு இலக்காகிறார்கள்.

2-3 மாத குழந்தைகளுக்கு கொடுக்கப்படும் பசும்பாலில் உள்ள ஒரு வகை புரதம், டைப் 1 நீரிழிவு நோய் வரக் காரணமாகிறது.

அதிக மன அழுற்சிஉடையவர்கள், சத்துப் பற்றாக்குறை உள்ளவர்கள், கல்லீரல் மற்றும் கணையம் பாதிக்கப்பட்ட வர்கள், குறிப்பிட்ட சில ஸ்டீராய்ட் வகை மருந்துகளை நீண்ட நாள் எடுத்துக் கொள்பவர்கள், பலத்த காயமடைந்தவர்கள், அறுவை சிகிச்சை செய்து கொண்டவர்கள் ஆகியோரும் சர்க்கரை நோய் பாதிப்புக்கு எளிதில் ஆளாகிறார்கள்.

சர்க்கரை நோயின் அறிகுறிகள்

சிறுநீரின் வழியாக அதிக அளவு குளுக்கோஸ் வெளியேறு வதுதான் நீரிழிவு நோய்க்கான முக்கியமான அறிகுறி. ரத்தத்தில் சர்க்கரையின் அளவு அதிகரிக்கும்போது அதை சிறுநீரகங்களால் வடிகட்ட முடிவதில்லை. அதனால் தான் சர்க்கரை, சிறுநீரில் அதிகமாக வெளியேறுகிறது. அப்படி வெளியேறுகையில் நீர்ச் சத்தையும் உடன் கொண்டு செல் கிறது. இதன் காரணமாக சிறுநீரின் அளவு அதிகமாகும். இந்நிலை பாலியூரியா (polyuria) என்றழைக்கப்படும்.

சிறுநீர் அளவு அதிகமாவதால், சர்க்கரை நோயாளிகள் அடிக்கடி சிறுநீர் கழிப்பார்கள். குறிப்பாக, இரவு நேரத்தில் சிறுநீர் கழிப்பதற்காகவே அடிக்கடி எழுந்து கொள்வார்கள்.

நீர் அதிகமாக வெளியேறுவதனால் நாக்கு வறட்சியாக இருக்கும். அடிக்கடி தாகம் ஏற்படும். இதை பாலி-டிப்சியா (poly-dipsia) என்போம். இதனால் தான் சர்க்கரை நோயாளிகள் எப்போதும் தண்ணீரைக் குடித்துக்கொண்டே இருப்பார்கள்.

போதுமான அளவு குளுக்கோஸ் ரத்தத்தில் இருந்து செல்களுக்குக் கிடைத்தாலும், இன்சுலின் பற்றாக்குறையால் அதை எரிபொருளாக மாற்றிப்பயன்படுத்த செல்களால் முடியாது. எனவே, உடம்பு எப்போதும் சோர்வாகவும் பலவீனமாகவும் இருக்கும். உடல் இயங்குவதற்கான எரி பொருள் கிடைக்காததால் எடைக்குறைவு ஏற்படுகிறது.

சத்துப் பற்றாக்குறையைச் சரி செய்வதற்காக உடல் தொடர்ந்து போராடும். சக்தி கிடைக்கவில்லை என்ற தகவலை செல்கள், மூளைக்கு அனுப்ப, மூளை பசி உணர்வைத் தூண்டும். இந்த உணர்வு அடிக்கடி தூண்டப்படுவதால் சர்க்கரை நோயாளிகள் அதிகமாகச் சாப்பிடுவார்கள்.

மாவுச்சத்தை எரிபொருளாகப் பயன்படுத்த முடியாததால், கொழுப்புச் சத்தை உடல் பயன்படுத்த ஆரம்பிக்கும். இதனால் ரத்தத்திலும், கல்லீரலிலும் கொழுப்பின் அளவு அதிகரித்து, பல்வேறு பாதிப்புகள் ஏற்படும். சக்திக்காக, புரதத்தை உடல் அதிகமாகப் பயன்படுத்துவதால், புரதத்தின் வழக்கமான செயல்பாடுகள் பாதிக்கப்படும்.

இந்நிலை தீவிரமடைகிற பட்சத்தில், பசியின்மை, குமட்டல், வாந்தி போன்றவையும் ஏற்படலாம்.

ரத்தத்தில் சர்க்கரை அளவு அதிகரிப்பதால் ரத்தம் அடர்த்தி யாகிவிடுகிறது. உடல் அணுக்களில் உள்ள தண்ணீர் வெளி யேற்றப்படுகிறது. இதனால் உடம்பின் ஈரத்தன்மை குறைய ஆரம்பிக்கிறது.

ரத்தத்தில் குளுக்கோஸ் அளவு அதிகமாக இருப்பதால், உடலில் இயல்பாக உள்ள காயம் ஆற்றும் தன்மை பாதிக்கப் படும். இதனால் காயங்கள் எளிதில் ஆறாது. கால் குடைச்சல், பாதங்களில் எரிச்சல், தோலிலும், சிறுநீர்ப்பாதையிலும் கிருமிகளின் தொற்று, கண் பார்வை குறைபாடுகள் போன்ற உடல் பிரச்னைகள் ஏற்படலாம்.

அறிகுறிகள் ஏதும் இன்றியும் கூட இந்நோய் சிலரை தாக்கக் கூடிய அபாயம் இருக்கிறது.

சர்க்கரை நோய்க்கான பரிசோதனை முறைகள்

நீரிழிவுக்காரர்கள் அவ்வப்போது தங்கள் ரத்தத்தில் உள்ள குளுக்கோஸ் அளவைப் பரிசோதனை மூலம் தெரிந்து கொள்ள வேண்டும். அதன் மூலமாக சர்க்கரை அளவை கட்டுப்பாட்டுடன் வைத்துக் கொள்ள முடியும்.

வெறும் வயிற்றில் 80-110 மி.கி சதவீதமாகவும், உணவு சாப்பிட்டு இரண்டு மணி நேரம் கழித்து 120-140 மி.கி சதவீத மாகவும் ரத்தத்தில் சர்க்கரையின் அளவு இருக்கவேண்டும். இந்தச் சம நிலையிலிருந்து மாறினால் கண்டிப்பாகச் சிகிச்சை தேவைப்படும்.

இப்பொழுது மருத்துவர்கள் சிபாரிசு செய்யும் நவீன பரி சோதனை முறைகளில், கிளைகேட்டட் சிவப்பு அணு பரி சோதனை புகழ் பெற்று வருகிறது. பரிசோதனை செய்து கொள்ளும் நபரின் உடலிலுள்ள சுமார் நான்கு மாத சர்க்கரை யின் அளவைக் காட்டக்கூடியதாக இது உருவாக்கப்பட்டிருக் கிறது.

சர்க்கரை நோயின் பாதிப்புகள்

நீரிழிவு நோயைக் கவனிக்காமல் விட்டுவிட்டாலோ, அல்லது சரியான சிகிச்சையையும், உணவுக் கட்டுப்

பாட்டையும் கடைப்பிடிக்காமல் போனாலோ, பல பாதிப்புகள் ஏற்படலாம்.

ரத்தத்தில் குளுக்கோஸ் அளவு அதிகமாக இருப்பதால் ரத்தக்குழாய்கள் கடுமையாகச் சேதமடைகின்றன. ரத்தத்தில் கெட்ட கொழுப்புகள் அதிகமாகச் சேர்ந்து ரத்தக்குழாய்களில் படிகின்றன. இதனால் குழாய்களின் உட்புற சுற்றளவு குறுகலாகிறது. அதன் விளைவாக உடல் முழுக்க ரத்த ஓட்டம் பாதிக்கப்படுகிறது. ரத்த ஓட்டம் பாதிக்கப்படு வதால், செல்களுக்குப் போதுமான சக்தி கிடைக்காமல் உறுப்புகள் செயலிழக்கின்றன.

உயர் ரத்த அழுத்தம், மாரடைப்பு, பக்கவாதம், சிறுநீரகச் செயலிழப்பு, ஆண்மைக் குறைபாடு, கை,கால்களில் தசை அழுகல் நோய், டயபடிக் ரெடினோபதி எனப்படும் விழித்திரை கோளாறு, கண்களில் நீரழுத்த நோய் என வாழ்க்கையையே நரகமாக்கக்கூடிய பிரச்னைகளால் நோயாளி பாதிக்கப் படலாம்.

இவை எல்லாவற்றையும் விட, உயிருக்கே உலை வைக்கக் கூடிய ஓர் ஆபத்தான பிரச்னையை சர்க்கரை நோய் உண் டாக்குகிறது. அந்தப் பிரச்னைக்குப் பெயர் ஹைபோகிளை சேமியா (Hypoglycaemia). தமிழில் தாழ் குளுக்கோஸ் என்று இதைக் குறிப்பிடுகிறோம். ரத்தத்தில் சர்க்கரையின் அளவு திடீரென்று குறைகிற நிலையைத்தான் ஹைபோகிளை சீமியா என்கிறோம்.

தாழ் குளுக்கோஸ் நிலை, நீரிழிவு நோயாளிகளைத் தாக்கு வதற்கு சில பொதுவான காரணங்கள் இருக்கின்றன.

- குறித்த நேரத்தில் உணவை எடுத்துக்கொள்ளாமல் இருப்பது.

- வெறும் வயிற்றில் மது அருந்துவது.

- தேவைக்கதிகமாக உடற்பயிற்சி செய்வது.

- வெகுநேரம் சாப்பிடாமல் இருப்பது.

- சில மருந்துகளின் பின்விளைவுகள்

சர்க்கரை நோயும் உணவுக்கட்டுப்பாடும்

சர்க்கரை நோய்க்கென்று நிரந்தரமான சிகிச்சையோ, தீர்வோ கிடையாது. சரியான உணவுக் கட்டுப்பாடு, தொடர்ச்சியான உடற்பயிற்சி, மருந்துகள் ஆகியவற்றின் மூலம் ஆபத்தான விளைவுகளை உண்டாக்காமல் சர்க்கரை நோயைக் கட்டுப் படுத்த முடியும்.

குறிப்பாக, சர்க்கரை நோயின் தீவிரம் அதிகமாகாமல் இருப்ப தற்கு உணவுக் கட்டுப்பாடு மிக மிக அவசியம். சர்க்கரை நோயாளிகளுக்கான சமச்சீர் உணவைத் திட்டமிடும்போது சில முக்கியமான அம்சங்களைக் கவனத்தில் கொள்ள வேண்டும்.

நோயாளி வழக்கமாக எடுத்துக்கொள்ளும் உணவைப் பற்றி முதலில் தெரிந்து கொள்வது நல்லது. அதில் பெரிய மாற்றங் கள் செய்யாமல் உணவுக் கட்டுப்பாட்டை பரிந்துரைக்க வேண்டும். அனைத்து சர்க்கரை நோயாளிகளுக்கும் ஒரே விதமான சமச்சீர் உணவைக் கொடுப்பது பலனளிக்காது. ஒவ்வொரு நோயாளியின் உடல் தேவைக்கேற்ப சக்தியை வழங்கக்கூடிய உணவைப் பரிந்துரைப்பதே, சர்க்கரை நோயாளிக்கான உணவுக்கட்டுப்பாட்டின் அடிப்படை.

உதாரணமாக, நோயாளியின் உடல் எடை அதிகமாக இருந்தால், குறைவான கலோரி சக்தி கொடுக்கக்கூடிய உணவையே அவருக்குப் பரிந்துரைக்கவேண்டும். உடல் ஒல்லியாக இருக்கும் நோயாளிக்கு அதிகக் கலோரி சக்தி கொடுக்கக்கூடிய உணவைப் பரிந்துரைக்க வேண்டும்.

அதே போன்று, உடல் உழைப்பில் அதிக நேரம் ஈடுபடும் இளைய வயது நோயாளிக்கு, ஓய்வாக இருக்கும் முதிய வயது நோயாளியை விட அதிகக் கலோரி சக்தி தேவைப்படும்.

இனி, எத்தகைய உணவுமுறை தேவை என்பதற்கான சில பொதுவான ஆலோசனைகளைப் பார்க்கலாம்.

- சர்க்கரை, தேன், இனிப்பு வகைகள், வெல்லம் போன்ற ஒற்றை மற்றும் இரட்டைச் சர்க்கரைச் சத்தைத் தருகிற உணவுகளை முடிந்த வரையில் முற்றிலுமாகத் தவிர்த்து விடுங்கள். ஏனெனில் இத்தகைய சர்க்கரை சத்துகள், சாப்பிட்ட சிறிது நேரத்துக்கெல்லாம் ரத்தத்தில் கலந்து

விடும். இதனால் ரத்தத்தில் குளுக்கோஸின் அளவும்
அதிகரித்து விடும்.

எனவே, இவற்றுக்குப் பதிலாக பல பிரிவு குளுக்கோஸ்
கொண்ட உணவுகளான கோதுமை, அரிசி, கேழ்வரகு
போன்றவற்றை உணவில் சேர்த்துக் கொள்ளலாம்.
சர்க்கரை நோயாளிகளுக்குத் தேவையான மொத்த
சக்தியில் 55 சதவீதத்தை மாவுச்சத்துள்ள உணவுகள்
பூர்த்தி செய்ய வேண்டும்.

- மொத்த சக்தி தேவையில் 10 முதல் 15 சதவீதம் வரை
  புரதத்தால் நிறைவு செய்யப்படவேண்டும். மீன்,
  முட்டை, பருப்பு வகைகள், பயறுவகைகள், பால், தயிர்,
  மோர் ஆகியவை புரதச் சத்துள்ள உணவுகள்.

- பழம் மட்டும் உண்டு ஒரு பொழுது இருப்பதைத் தவிர்க்க
  வேண்டும்.

- கஞ்சி, களி, கூழ் ஆகியவை ரத்தத்தில் உள்ள சர்க்கரை
  அளவை அதிகரிக்கும். எனவே இவற்றைத் தவிர்ப்பது
  நல்லது.

- கிழங்கு வகைகளைத் தவிர்ப்பது நல்லது. சர்க்கரை
  அளவு கட்டுப்பாட்டுடன் இருந்தால் பதினைந்து
  நாட்களுக்கு ஒரு முறை கிழங்குகளை எண்ணெயில்
  வறுத்து எடுக்காமல் வேகவைத்துச் சாப்பிடலாம்.
  அல்லது குழம்பில் சேர்த்தும் சாப்பிடலாம்.

- ஒரு நாளுக்கு மூன்று முறை காலம் தவறாது உணவு
  உண்ண வேண்டும். இது தவிர காலை பதினொரு மணி
  அளவிலும் மாலை நான்கு மணி அளவிலும் ஒரு கப்
  மோர், அல்லது ஒரு கப் சுண்டல் அல்லது சர்க்கரை
  சேர்க்காத காபி, டீ ஆகியவற்றுடன் மூன்று மேரி அல்லது
  உப்பு பிஸ்கட்டை உட்கொள்ள வேண்டும்.

  படுக்கச் செல்வதற்கு முன் ஒரு டம்ளர் பாலைச் சர்க்கரை
  சேர்க்காமல் குடிப்பது நல்லது. இவ்வாறு குடிப்பதால்
  தாழ் குளுக்கோஸ் நிலை ஏற்படாமல் தடுக்கலாம்.

- தொடர் உடற்பயிற்சி செய்து வருவதன் மூலம் சர்க்கரை
  அளவைக் கட்டுப்பாட்டுடன் வைத்துக் கொள்ளலாம்.

- ஒரு நாளைக்கு இரண்டு கப் காபிக்கு மேல் எடுத்துக் கொள்ளாமல் இருக்கப் பழகிக் கொள்ளுங்கள்.
- பதப்படுத்தப்பட்ட உணவுகள், துரித உணவுகள், பொரித்த அல்லது வறுக்கப்பட்ட தின்பண்டங்கள், கேக், பப்ஸ் போன்ற பேக்கரி உணவுகள், இனிப்பு வகைகள், ஜாம், ஜெல்லி, வெண்ணெய். சாக்லெட், குளிர்பானங்கள் ஆகியவற்றை நீரிழிவு நோயாளிகள் சேர்த்துக்கொள்ளக் கூடாது.
- உடலை, முக்கியமாகப் பாதங்களைச் சுத்தமாக வைத்துக் கொள்ள வேண்டும்.
- எடை தேவைக்கதிகமாக இருந்தால் அதைக் குறைப்பதற் கான முயற்சிகளை எடுத்துக் கொள்ள வேண்டும்.
- டாக்டர் பரிந்துரைத்துள்ள மாத்திரைகள், மருந்துகள், இன்சுலின் ஊசிகள் ஆகியவற்றைத் தவறாமல் எடுத்துக் கொள்ள வேண்டும். டாக்டர் அறிவுரையின்றி மருந்து களை மாற்றவோ, நிறுத்தவோ கூடாது.
- தேங்காய் சேர்த்துக் கொள்ளக் கூடாது.
- பாலில் சத்துப் பானங்களைச் சேர்த்துக் குடிக்கக் கூடாது.

தீமை இல்லாத உணவுகள்

காபி, டீ (சர்க்கரை சேர்க்காமல்) தெளிந்த சூப், ஆடை நீக்கப் பட்ட மோர், ரசம், சாதா சோடா, கீரை வகைகள், காய்கறி சாலட், இனிப்பு இல்லாத ஜெலடின் ஊறுகாய், சர்க்கரை சேர்க்கப்படாத எலுமிச்சைப்பழ ஜூஸ், தக்காளி ஜூஸ் (சின்ன கப்) ஆகியவற்றைத் தட்டுப்பாடு இல்லாமல் எடுத்துக் கொள்ளலாம். மேலும், மிளகு, பூண்டு, கறிவேப்பிலை, இஞ்சி, கொத்தமல்லி, வினிகர், கடுகு, புதினா போன்ற தாளிக்கும் பொருட்களையும் தாராளமாகப் பயன்படுத்தலாம்.

தவிர்க்க வேண்டிய உணவு வகைகள்

சர்க்கரை, தேன், குளுக்கோஸ், வெல்லம், ஜாம், சாக்லெட், அல்வா, பர்பி, ஐஸ்கிரீம் போன்ற இனிப்பு வகைகள். கேக், கிரீம் பிஸ்கட் போன்ற பேக்கரி உணவுகள். குளிர்பானங்கள் மற்றும் காம்ப்ளான், போர்ன்விட்டா போன்றவை.

கஞ்சி, கூழ், களி போன்றவற்றை உடல்நிலை சரி இல்லாத நேரத்தில் எடுத்துக்கொள்ளலாம். ஆனால் சாதாரண நேரத்தில் இவற்றைத் தவிர்க்க வேண்டும்.

தேங்காய், திராட்சை, பேரீச்சம் போன்ற உலர்ந்த பழ வகைகள். வேர்க்கடலை, பாதாம் போன்ற கொட்டை வகைகள்.

மாம்பழம், சீதாப்பழம், சப்போட்டா, பலாப்பழம் போன்ற பழவகைகள்.

நெய், வெண்ணெய், வனஸ்பதி (டால்டா), தேங்காய் எண்ணெய்.

அசைவ உணவை உட்கொள்பவர்கள்-மாட்டிறைச்சி, ஈரல், மண்ணீரல், இதயம், மூளை, இரால் ஆகியவற்றைத் தவிர்க்க வேண்டும்.

வடாம், அப்பளம், சமோசா, பூரி, வடை, பரோட்டா பிரியாணி போன்றவற்றை சிறிய அளவில் உங்கள் உணவி யல் நிபுணரின் ஆலோசனைக்கேற்ப எடுத்துக் கொள்ள வேண்டும்.

காய்கறிகள்

தாராளமாக எடுத்துக்கொள்ளக் கூடிய காய்கறி வகைகள் :

கீரை வகைகள் (முருங்கைக்கீரை, பாலை கீரை, கொத்த மல்லி), வாழைப்பூ, வெண்டைக்காய், வெள்ளரிக்காய், காலிபிளவர், முட்டைகோஸ், முருங்கைக்காய், காரா மணி, வெங்காயம், முள்ளங்கி (வெள்ளை மற்றும் சிவப்பு வகைகள்) பீன்ஸ், கொத்தவரங்காய், புடலங்காய், பூசணிக் காய், பீர்க்கங்காய், அவரைக்காய், பாகற்காய், குடை மிளகாய், நூல் கோல், சௌ சௌ, வெங்காயத்தாள், தக்காளி, காளான்.

வாரத்துக்கு ஒரு முறை சேர்த்துக் கொள்ளக்கூடிய காய்கறிகள்:

கேரட், பட்டாணி, டபுள் பீன்ஸ், பட்டர் பீன்ஸ்.

ரத்தத்தில் சர்க்கரை அளவு சரியான அளவில் இருந்தால்

பதினைந்து நாட்களுக்கு ஒரு முறை சேர்த்துக் கொள்ள வேண்டிய காய்கறிகள் :

பீட்ரூட், உருளைக்கிழங்கு, சேப்பங்கிழங்கு, பச்சை வாழைக்காய், சேனைக்கிழங்கு, மரவள்ளிக்கிழங்கு, பலாக் கொட்டை.

பழ வகைகள்

கீழே கொடுக்கப்பட்டுள்ள பழவகைகளில் ஏதேனும் ஒன்றை உங்கள் மருத்துவர் அல்லது சத்துணவு நிபுணர் ஆலோசனைப் படி எடுத்துக் கொள்ள வேண்டும்.

1/2 ஆப்பிள், 1 சாத்துக்குடி, 1/4 கிர்ணிப்பழம், தக்காளி 3 சிறியது, பப்பாளி 2 சிறிய துண்டு, தர்பீஸ் 1 துண்டு, கொய்யாப்பழம் சிறியது. வாழைப்பழம் சிறியது 1, ஆரஞ்சு 1, அன்னாசிப்பழம் 100 கிராம், பிளம்ஸ் 3-4 பழங்கள், பேரிக்காய், சிறிய திராட்சை 10 பழங்கள்.

பயன்படுத்தக்கூடிய எண்ணெய்கள் :

நல்லெண்ணெய், சூரியகாந்தி எண்ணெய், சோள எண்ணெய், கடலெண்ணெய், சோயா எண்ணெய், ஆலிவ் ஆயில், உண வைத் தாளிக்கும் போதும் பொரிக்கும் போதும் அனுமதிக்கப் பட்ட அளவில்தான் எண்ணெயைப் பயன்படுத்த வேண்டும்.

அசைவ உணவு உண்பவர்கள் சேர்த்துக் கொள்ள கூடிய இறைச்சி மாற்று வகைகள் :

முட்டை 1 (வெள்ளைக்கரு மட்டும்) மீன் 2 துண்டு அல்லது கோழிக்கறி 100 கிராம்(5 துண்டு) அல்லது ஆட்டுக்கறி 100 கிராம் (5 துண்டு). 10 நாட்களுக்கு ஒரு முறை இறைச்சியை எடுத்துக் கொள்ளலாம். ஆனால் எந்த வகை இறைச்சியாக இருந்தாலும் அதிக எண்ணெய் சேர்க்காமல் சமைக்க வேண்டும்.

காலை உணவு (உணவு மாற்று முறையின்படி)

3 இட்லிக்குப் பதிலாக தோசை 2 , சப்பாத்தி 3, உப்புமா ஒன்றரை கப், பொங்கல் ஒன்றரை கப், ஊத்தப்பம் 2, இடியாப்பம் 2, கோதுமை பிரட் 3 துண்டுகள்.

காலை உணவுக்குச் சட்னிகள்:

தக்காளி, புதினா, மல்லி, வெங்காயச் சட்னி, சாம்பார், மிளகாய் பொடி.

மாலை 4.00 டிபன் – உணவு மாற்று முறையின்படி

மாரி பிஸ்கட் 3-க்குப் பதிலாக ரொட்டித் துண்டு 2, தோசை 1, சுண்டல் 1 கப் (காராமணி, பச்சை பயறு, கொண்டைக் கடலை).

இதுவரை பார்த்த தகவல்களை ஓர் அட்டவணையாகப் பார்க்கலாமா?

முற்றிலும் தவிர்க்க வேண்டிய உணவுகள்	மிதமாக சேர்த்துக் கொள்ள வேண்டிய உணவுகள்	அதிகமாக சேர்த்துக் கொள்ள வேண்டியவை
சர்க்கரை, வெல்லம், தேன், ஜாம், ஜெல்லி, க்ரீம் கேக், பேக்கரி உணவுகள், பாலில் கலந்து குடிக்கும் பானங்கள், குளிர் பானங்கள், மது கிழங்கு வகைகள், சப் போட்டா, பலாப் பழம், சீதாப் பழம், சாக்லெட், ஈரல் முட்டையின் மஞ்சள் கரு	முள்ளங்கி, பஜ்ஜி, போண்டா, சமோசா போன்ற வறுத்த பண்டங்கள் **(இவற்றை உணவில் பதினைந்து நாட்களுக்கு ஒருமுறை சேர்த்துக் கொள்ளலாம்)**	கீரை வகைகள், எலுமிச்சம்பழம், காய்கறி சூப், வெங்காயம், பூண்டு, புதினா இலை, காய்கறி சாலட், சர்க்கரை சேர்க்காத காபி, டீ, மோர், பூசணிக்காய், பீர்க்கங்காய்

கர்ப்பக் காலத்தில் ஏற்படும் நீரிழிவு நோய்

சில நேரங்களில் கர்ப்பக் காலத்தில் பெண்களுக்கு நீரிழிவு நோய் ஏற்படலாம்.குடல் பகுதியில் உருவாகும் ஹார் மோன்கள் இன்சுலின் செயல்பாட்டைக் குறைத்து விடுவதே இதற்கு முக்கியமான காரணம். கருவுற்ற 24 வாரத்துக்குள் ரத்தத்தில் உள்ள சர்க்கரை அளவைப் பரிசோதிக்க வேண்டும். குழந்தை பிறந்தவுடன் சர்க்கரை அளவு பெரும்பாலும் இயல்பான நிலைக்கு வந்து விடும்.

சர்க்கரை நோயால் பாதிக்கப்பட்ட பெண்கள் குழந்தை பெறத் திட்டமிடும் பொழுது ரத்தத்தில் உள்ள சர்க்கரை அளவைக் கட்டுப்பாட்டுடன் வைத்துக் கொள்ள வேண்டும்.

கருவுற்ற காலத்தில் ஏற்படும் நீரிழிவு நோய் பிற்காலத்தில் டைப்- 2 நீரிழிவு நோயாக மாறுவதற்கும் வாய்ப்பிருக்கிறது. உணவுக் கட்டுப்பாடு மற்றும் உடற்பயிற்சியின் மூலமாகவே இதைத் தவிர்க்க முடியும்.

சர்க்கரை நோயாளிகள், உணவு மாற்று முறையைக் கொண்டு உருவாக்கப்பட்டுள்ள அட்டவணையின் அடிப்படையில் உணவுகளைச் சேர்த்துக்கொள்ளலாம்.

சர்க்கரை நோயாளிகளுக்கான உணவுமுறை

தானியங்கள்

(ஒவ்வொன்றும்மாவுச்சத்து 18-21 கி, புரதம் 1-3 கி, 85 கலோரி சக்தியைத் தரும்)

இட்லி	-	ஒன்று (வீட்டில் செய்யும் நடுத்தர அளவு)
தோசை	-	ஒன்று (வீட்டில் செய்யும் நடுத்தர அளவு)
ரொட்டி	-	20 கி கோதுமை மாவால் ஆனது.
உப்புமா	-	1/2 கப்

கிழங்கு வகைகள்

உருளைக்கிழங்கு, சேப்பங்கிழங்கு	-	100 கி
சாதம்	-	75 கி
நூடுல்ஸ்	-	1/2 கப்

பருப்புகள்

(மாவுச்சத்து 15 கி, புரதம் 6 கி, சக்தி 85 கலோரி)

பருப்புகள்	- 25 கி (சமைத்தது 1/2 கப்)
பயிறுகள்	- (சமைத்தது 1/2 கப்)

காய்கறிகள் (அதிக கலோரி தருபவை)

(மாவுச்சத்து 6-12 சதம், புரதம் 2-3 கி, 50-60 கலோரி சக்தி)

அகத்திக்கீரை, முருங்கைக்கீரை, பீட்ரூட், கேரட், முள்ளங்கி, டர்னிப், வெங்காயம் (பெரிது, சிறியது), மாவடு இஞ்சி, அவரைக்காய், கொத்தவரங்காய், பாகற்காய், தம்பட்டை அவரை, கொத்தமல்லி, புளிச்சகீரை, டர்னிப் கீரை

காய்கறிகள் (குறைந்த அளவு கலோரி தருபவை)

(மாவுச்சத்து 6 சதவீதம், சக்தி 30 கலோரி)

சமைத்த காய்கறிகள் - 1/2 கப்

முட்டைகோஸ், புதினா, பசலைக்கீரை, சிறுகீரை, வெள்ளை முள்ளங்கி, பருப்பு கீரை, முளைக்கீரை, பூசணிக்காய், பாகற் காய், கத்திரிக்காய், தக்காளி, காலிபிளவர், சீமைக்கத்திரிக் காய், வெள்ளரிக்காய், முருங்கைக்காய், வெண்டைக்காய், பீன்ஸ், குடை மிளகாய், கோவைக்காய், நூல்கோல், பப்பாளிக்காய், வாழைப்பூ, பரங்கிக்காய், புடலங்காய், வெந்தயக்கீரை

பழங்கள்

(ஒவ்வொன்றிலும் மாவுச்சத்து 10 கி, கலோரி 40, புரதம், கொழுப்பு மிகக் குறைந்த அளவு உள்ளது)

நெல்லிக்காய்	-	4 முதல் 5
ஆப்பிள்	-	1 சிறியது
பேரிச்சம்பழம்	-	2
வாழைப்பழம்	-	1/2
சீதாப்பழம்	-	1
திராட்சை	-	20

கொய்யா	-	1
பலாப்பழம்	-	3 சுளை
நாவற்பழம்	-	10
மாம்பழம்	-	1
தர்பூசணிப்பழம்	-	1 துண்டு
ஆரஞ்சு	-	1
பப்பாளிப்பழம்	-	2'' 3'' துண்டு
அன்னாசிப்பழம்	-	1 துண்டு
ப்ளம்ஸ்	-	2
சப்போட்டா	-	1
பேரிக்காய்	-	1
முலாம்பழம்	-	1 துண்டு
சாத்துக்குடி	-	1 துண்டு

பால்

(மாவுச்சத்து 4 கி, புரதம் 3 கி, கொழுப்பு 4 கி, சக்தி 65 கலோரி)

பசும் பால்	-	100 மி.லி (1/2 கப்)
எருமைப்பால்	-	50 மி.லி (1/4 கப்)
தயிர்	-	100 மி.லி (1/2 கப்)
கொழுப்பு நீக்கப்பட்ட பால்	-	200 மி.லி (1கப்)
கொழுப்பு நீக்கப்பட்ட பால்	-	18 கி (5 தேக்கரண்டி)
பால் பவுடர் (கொழுப்பு நீக்கப்படாதது)	-	13 கி (3 தேக்கரண்டி)

மாமிச உணவுகள்

(மாவுச்சத்து இல்லை, கொழுப்புச்சத்து 6 கி, புரதம் 7.5 கி, சக்தி 85 கலோரி)

மாட்டு மாமிசம்	-	75 கி
கோழி மாமிசம்	-	75 கி
ஈரல்		
பன்றி மாமிசம்	-	75 கி
முட்டை	-	ஒன்று
ஆட்டு மாமிசம்	-	50 கி
மீன்	-	75-100 கி

கொழுப்பு உணவுகள்

(கொழுப்புச்சத்து 10 கி, சக்தி 90 கலோரி)

எண்ணெய்	-	10 கி
நெய்	-	10 கி
வெண்ணெய்	-	12 கி
டால்டா	-	10 கி

இந்த அட்டவணையின் உதவியுடன் ஒவ்வொரு நாள் உணவையும் எளிதாகத் திட்டமிட்டுக் கொள்ளலாம். பல வகை உணவுக் குழுக்களிலிருந்து குறிப்பிட்ட அளவு சத்தைக் கொடுக்கக்கூடிய உணவுகளைத் தேர்ந்தெடுத்து சாப்பிடுவதன் மூலம் சர்க்கரையைக் கட்டுப்பாடாக வைத்துக் கொள்ள முடியும்.

மாதிரி உணவு அட்டவணை

சரியான எடையுள்ள நீரிழிவு நோயாளிக்கான உணவுத் திட்டம்.

நீரிழிவு நோயால் பாதிக்கப்பட்ட 60 வயதான குடும்பத் தலைவிக்கான ஒரு மாதிரி உணவுப் பட்டியல். இவர் உயரத்துக்கு ஏற்ற எடையுடன் இருக்கிறார்.

கூடுதல் எடையுள்ள நீரிழிவு நோயாளிகள் மேற்கூறிய உணவுத் திட்டத்தில் சில மாற்றங்களைச் செய்து கொள்ள வேண்டி இருக்கும். அதிக எடை உள்ளவர்கள், கலோரி

நேரம்	உணவுத் திட்டம்
அதிகாலை 6 மணி	காபி, டீ, பால் (சர்க்கரை சேர்க்காமல் 1 கப்)
காலை 8.30 மணி	இட்லி 3/தோசை 3/சப்பாத்தி 3/ பொங்கல் 1 கப்/உப்புமா 1 கப், புதினா சட்னி
நடுப்பகல் 11.00 மணி	மோர் 1 கப்/எலுமிச்சை பழச்சாறு 1 கப்/காய்கறி சூப்/ ஏதேனும் ஒரு பழம்
மதியம்	சாதம் 2 கப் அல்லது சப்பாத்தி 3, பருப்பு சாம்பார், கீரைக் கூட்டு, அவரைக்காய் பொரியல், ரசம், மோர்
மாலை 4 மணி	பச்சைப் பயறு கொண்டைக்கடலை சுண்டல் 1 கப், காபி அல்லது டீ
மாலை 6 மணி	ஏதேனும் ஒரு பழம்
இரவு 8 மணி	எண்ணெய் சேர்க்காத சப்பாத்தி 3 அல்லது சாதம் 1 கப், முட்டை கோஸ் கூட்டு, வாழைத்தண்டு பொறியல், ரசம், மோர்
படுக்கும் முன்	சர்க்கரை சேர்க்காத பால் 1 கப்

களைக் குறைக்க வேண்டுமென்பதால் காலை உணவில் இட்லி,தோசை ஆகியவற்றின் அளவை இரண்டாக வைத்துக்கொள்வது நல்லது. மதிய உணவில் சாதத்தை ஒன்றரை கப் ஆகக் குறைக்க வேண்டும்.

இரவில் சப்பாத்தியை 3லிருந்து 2 ஆகக் குறைத்துக் கொள்ளலாம். சாதம் சாப்பிடுவதாக இருந்தால் 1/2 கப் சாதமும் ஒரு சப்பாத்தியும் சாப்பிடலாம்.

ரத்தத்தில் உள்ள சர்க்கரை அளவைக் குறைப்பதற்கு ஏதுவாக செயல்படும் உணவுகள்.

வெந்தயம் நீரிழிவு நோயாளிகளுக்கு ஒரு வரப்பிரசாதம். வெந்தயத்தை ஒரு வாணலியில் லேசாக வறுத்து எடுத்து விட்டு ஆறிய பின்னர் நைசாக அரைத்துத் தூளாக்கிக் கொள்ளுங்கள்.

தினமும் இந்தத் தூளை 25 கிராம் அளவில் உட்கொள்ளுங்கள். வெந்தயத்தில் உள்ள நார்ச்சத்து ரத்தத்தில் உள்ள சர்க்கரை அளவை கட்டுப்படுத்த உதவுகிறது.

தினமும் உணவுடன் ஒரு கப் பச்சை காய்கறி சாலட்களை சேர்த்துக் கொண்டால் நீரிழிவு நோயாளிகள் மலச்சிக்கல் தொல்லையிலிருந்து விடுபடலாம்.

பயறு வகைகளை உட்கொள்வதால் வாயுத்தொல்லை யிலிருந்து தப்பிக்கலாம்.

நீரிழிவு நோயாளிகளுக்கு டிரைகிளிசரைடு என்ற கொழுப்புச் சத்து அதிகரிக்க வாய்ப்புள்ளதால் உணவில் எண்ணெயை அதிகமாகச் சேர்த்துக் கொள்ளாமல் இருப்பது நல்லது.

சாதாரணமாக நல்லெண்ணெயை சமையலுக்கு உபயோகிப் பது நல்லது. வறுப்பதற்கு அல்லது பொரிப்பதற்கு சூரியகாந்தி எண்ணெயை உபயோகிக்கலாம்.

உடற்பயிற்சி

உணவு எவ்வளவு முக்கியமோ, உடற்பயிற்சியும் அவ்வளவு முக்கியம். தினமும் 45 நிமிடம் நடந்தாலே போதும். தேவை யான அளவு உடற்பயிற்சி செய்வதாக எடுத்துக் கொள்ள லாம்.

உடற்பயிற்சியால் ரத்தத்தில் இருக்கும் சர்க்கரை மற்றும் கொழுப்பின் அளவு குறையும். அதோடு, கணையத்தின் செயல்பாடு தூண்டப்பட்டு, இன்சுலின் உற்பத்தியும் போதுமான அளவு இருக்கும். எனவே, தொடர் உடற்பயிற்சி மேற்கொள்வது மிக முக்கியம்.

அட்டவணையில் குறிப்பிட்டுள்ளபடி உணவுமுறையை அமைத்துக்கொண்டு, தொடர்ச்சியாக உடற்பயிற்சி செய்து வருவதன் மூலம், சர்க்கரை நோயுடனே உங்களால் சந்தோஷமாக வாழ முடியும்.

நீரிழிவு நோய் பற்றின மூடநம்பிக்கைகளும் அதற்கான விளக்கங்களும்

தவறான கருத்து	சரியான கருத்து
1. தேனை உணவில் சேர்த்துக்கொண்டால் நீரிழிவு நோய் குண மாகும்	தேன், வெல்லம், சர்க்கரை - இவை அனைத்தும் சர்க்கரை யின் மறுவடிவங்கள். ஆகவே, இவற்றை உணவில் சேர்த்துக் கொண்டால் ரத்தத்தில் சர்க்கரை அளவு குறையாது.
2. பாகற்காய்ச் சாறு நீரிழிவு நோய்க்கு மருந்தாகும்	பாகற்காயில் உள்ள ஒருவகை ரசாயனப் பொருள் ரத்தத்தில் உள்ள சர்க்கரை அளவைக் குறைக்க உதவுகிறது. ஆனால், இதை மட்டுமே நோய் தீர்க்கும் மருந்தாக பயன்படுத்த முடியாது. உணவில் மற்ற காய்கறி களுடன் பாகற்காயைச் சேர்த்து உண்டால் நீரிழிவு நோயைக் கட்டுப்படுத்தலாம்
3. சிறிதளவு இனிப்பை சாப்பிட்டு விட்டு அன்றைக்கு மாத்திரையைக் கூடுதலாக போட்டுக் கொள்ளலாம்	இனிப்புப் பண்டங்களை தின்பதால் குளுக்கோஸ் அளவு திடீரென்று உயருகிறது. மாத்திரையைக் கூடுதலாக போட்டுக் கொள்வதால் எந்தப் பயனும் இல்லை. இவ்வாறு சர்க்கரை அளவின் திடீர் ஏற்றத் தாழ்வு உடம்புக்கு கெடுதலை விளைவிக்கும்.
4. நீரிழிவு நோயாளி கள் பழங்களைச் சாப்பிடக் கூடாது	உடம்பில் உள்ள நச்சுப் பொருள்களை வெளியேற்ற பழங்களில் உள்ள ஆன்டி ஆக்ஸிடன்ட்டுகள் உதவு

	கின்றன. மேலே குறிப்பிட் டுள்ள பழங்களைத் தவிர மற்ற பழங்களில் ஏதேனும் ஒன்றை கண்டிப்பாக எடுத்துக்கொள்ள வேண்டும்.
5. கோதுமை, சர்க்கரை அளவைக் குறைப்பதில் அரிசியைவிட சிறந்தது	அரிசியிலும், கோதுமையிலும் ஒரே அளவு கலோரி சத்துதான் உள்ளது. ஆனால், நாம் அரிசி உண்டு பழக்கப்பட்டதால் அரிசியை உட்கொள்ளும் அளவுக்கு கோதுமையை உட் கொள்ள இயலாது என்பதற் காக சப்பாத்தியை உட் கொள்ளும்படி மருத்துவர்கள் சிபாரிசு செய்கின்றனர்.
6. பழச்சாறுகள் குடிப்பது நல்லது	பழச்சாறுகளில் சர்க்கரை அளவு அதிகமாக இருப்பதால் பழச்சாறுகளைவிட பழங் களை முழுமையாக எடுத்துக் கொள்வது மேல். இவ்வாறு எடுத்துக் கொள்வதால் நம் உடம்புக்குத் தேவையான நார்ச்சத்தும் கிடைக்கும்.
7. கேழ்வரகு களி நீரிழிவு நோயை குணப்படுத்தும்	களி, கூழ் போன்றவை ரத்தத்தில் உள்ள சர்க்கரையை உயர்த்தி விரைவில் பசியைத் தூண்டும். எனவே, கூழ், கஞ்சி என்று உண்ணாமல் அதை தோசையாகவோ அடை யாகவோ வார்த்து சாப்பிட் டால் உடலுக்கு நல்லது.
8. செயற்கை சர்க்கரை மூலம் தயார் செய்யப்	செயற்கை சர்க்கரை மூலம் தயார் செய்யப்படும் பிரத்யேக

படும் நீரிழிவு நோயாளிகளுக்கான பிரத்யேக உணவு களை அளவின்றி உட்கொள்ளலாம்	உணவுகள் விலை உயர்ந் தவை. மேலும், அவற்றுள் ப்ரக்டோஸ் என்ற சர்க்கரை உள்ளதால் அது, நீரிழிவு நோயாளிகளுக்கு பாதிப்பை ஏற்படுத்தும்.

4

இதயக் கோளாறுகள்

கொழுப்பே வில்லன்

உங்களுக்குத் தெரியுமா?

2010-ம் ஆண்டில், உலகிலுள்ள இதய நோயாளிகளில் அறுபது சதவீதத்துக்கும் மேற்பட்டோர் இந்தியர்களாகவே இருப்பார்கள்.

இதயத்தின் முக்கியத்துவம் பற்றி உங்களுக்குச் சொல்லித் தெரிய வேண்டியதில்லை. மனித உடலின் ரத்த ஓட்டத்துக்கு இதயமே இன்சார்ஜ். இதயம் சுருங்கி விரிவதன் மூலமாகவே உடலிலுள்ள அனைத்துப் பாகங்களுக்கும் ரத்தம் செல்கிறது.

உடல் உறுப்புகள் ஆரோக்கியமாக இருக்கவும், இயங்கவும் தேவையான ஆக்சிஜனையும், சத்துகளையும் ரத்தம்தான் எடுத்துச் செல்கிறது. உடலின் ஒவ்வொரு உறுப்பும் இயல் பாக இயங்கும் வகையில் தேவையான அளவு ஆக்சிஜனை சரியான நேரத்தில் தந்து உதவுவது இதயம்தான்.

அதே போன்று, உடலின் கழிவுப் பொருளாகக் கருதப்படும் கார்பன்-டை-ஆக்சைடை ரத்தத்தின் மூலமாக நுரையீரலுக்கு அனுப்பி வெளியேற்றுவதும் இதயத்தின் வேலைதான்.

இதயம் ஒழுங்காக இயங்கவில்லையெனில் ரத்த ஓட்டம் சரி வர நடைபெறாது. அதன் விளைவாக உறுப்புகளுக்குத்

தேவையான ஆக்சிஜன் கிடைக்காமல் மரணம் நிகழவும் வாய்ப்புண்டு.

இதயத்திலுள்ள தமனிகள் (arteries), சிரைகள் (veins), நுண் குழாய்கள் (capillaries) ஆகியவற்றைக் கொண்ட வலைப் பின்னல் அமைப்பு மூலமாக ரத்த ஓட்டம் நடைபெறுகிறது. இவை அனைத்தும் பொதுவாக ரத்த நாளங்கள் (blood vessels) என்றழைக்கப்படுகின்றன.

ரத்த ஓட்டத்துக்கான அமைப்பில் ஏதாவது ஒரு பிரச்னை ஏற்பட்டால் அதுவே இதயம் தொடர்பான நோயாக உருவெடுக்கிறது. இதயத்தில் உருவாகும் பெரும்பாலான பிரச்னைகளுக்கு, இதயத்துக்கு ரத்தத்தை கொண்டு செல்லும் தமனிகள் குறுகுவதோ அல்லது அவற்றில் ஏதேனும் அடைப்பு ஏற்படுவதோ தான் முக்கியமான காரணம்.

மாரடைப்பு, இதயச் செயலிழப்பு, அதரோகிளியரோசிஸ் எனப்படும் தமனித் தடிப்பு நோய், இஸ்கெமிக் கார்டியோ மையோபதி என இதயத்துக்கு ஏற்படும் பல நோய்களுக்கு நாளங்களில் ஏற்படும் அடைப்பே அடிப்படையாக அமைகிறது.

இந்த அடைப்பு எப்படி ஏற்படுகிறது? பல்வேறு காரணங் கள் சொல்லப்பட்டாலும் முக்கியமான வில்லனாகச் செயல்படுவது கொழுப்பும், அதன் குடும்ப உறுப்பினரான கொலஸ்ட்ராலும்தான். கொழுப்புப்பொருள் தமனிகளின் உட்புறம் படிந்து அதன் சுற்றளவைக் குறுகச் செய்து விடு கிறது. அதன் விளைவாக ரத்தஓட்டம் தடைபட்டு, பலவித மான சிக்கல்களுக்குப் பிள்ளையார்சுழி போட்டு விடுகிறது.

எனவே, இதய நோய்களுக்கான பத்திய உணவுகள் பற்றித் தெரிந்து கொள்ளும் முன்னர், கொழுப்பு, கொலஸ்ட்ரால் பற்றி நீங்கள் சில தகவல்களைத் தெரிந்து கொள்ள வேண்டும்.

நம் உடலுக்குத் தேவையான சக்தியை அளிப்பதில் கொழுப்புக்கும் மிக முக்கியமான பங்கு உண்டு. இன்னும் சொல்லப்போனால் கார்போஹைட்ரேட், புரதம் ஆகிய வற்றை விட கொழுப்பே அதிக கலோரிச் சத்தை

வழங்குகிறது. ஒரு கிராம் கொழுப்பு மூலமாக 9 கலோரி சக்தி நமக்குக் கிடைக்கிறது.

கொலஸ்ட்ராலையும் நாம் வில்லன் என்று முழுமையாக ஒதுக்கி விட முடியாது. கொலஸ்ட்ரால், நம் உடம்புக்கு அத்தியாவசியமான ஓர் ஊட்டச்சத்து. உடல் அணுக்களின் வடிவத்துக்கும், அமைப்புக்கும் இது இன்றியமையாதது. பித்த நீர் உற்பத்திக்கும், ஈஸ்டிரோஜென், புரொஜெஸ்டி ரோன், டெஸ்டோஸ்டிரான் ஆகிய ஹார்மோன்களின் உற்பத்திக்கும் கொலஸ்ட்ரால் தேவைப்படுகிறது.

நம் உடம்பில் கல்லீரலில் தயாரிக்கப்படும் கொலஸ்ட்ரால், உணவு மூலமும் உடம்பில் சேருகிறது. கொழுப்புச் சத்து ரத்தத்தில் கரைவதில்லை. எனவே, ரத்தத்தில் செல்ல கொலஸ்ட்ராலுக்கு ஒரு வாகனம் தேவை. லிபோபுரோட் டீன் (lipoprotein) என்கிற பொருள்தான் கொலஸ்ட்ராலை ரத்தத்தில் எடுத்துச் செல்லும் வாகனமாகப் பயன்படுகிறது. இந்த லிபோபுரோட்டீனும் ரத்தத்தில் இருக்கும் கொலஸ்ட் ராலுக்கு ஏற்ப கல்லீரலால் தயாரிக்கப்படுகிறது.

லிபோபுரோட்டீனில் நான்கு வகைகள் உண்டு.

- கைலோமைக்ரான் (chylomicron)
- மிகக் குறைந்த டென்ஸிடி உள்ள கொழுப்பு புரதம் (Very Low Density Lipoprotein- VLDL)
- குறைந்த டென்ஸிடி உள்ள கொழுப்பு புரதம் (Low Density Lipoprotein- LDL)
- அதிக டென்ஸிடி உள்ள கொழுப்பு புரதம் (High density lipoprotein-HDL)

குறைந்த டென்ஸிடி உள்ள கொழுப்புப்புரதம், ரத்தத்தில் இருக்கும் கொழுப்புச் சத்தை உடம்பில் உள்ள பல்வேறு திசுக்களுக்கு எடுத்துச் செல்லும்.

மேலும் அதிகப்படியான கொழுப்பு ரத்தத்தில் காணப் பட்டால், ரத்த நாளங்களின் உட்புறத்தில் வங்கியில் சேமிப்பது போல் அவற்றைச் சேமித்து வைக்கும். இதைத் தீய கொலஸ்ட்ரால் என்று அழைக்கிறோம்.

ரத்தத்தில் இருக்கும் கொழுப்பை மறுபடியும் கல்லீரலுக்கு கொண்டு சென்று வெளியேற்ற உதவுகிறது அதிக டென்ஸிடி உள்ள கொழுப்புப்புரதம். இதனை நல்ல கொலஸ்ட்ரால் என்று குறிப்பிடுகிறோம்.

கொலஸ்ட்ரால் ஏன் வெளியேற்றப்பட வேண்டும்? அதிகப் படியான அளவில் அது இருந்தால் என்னாகும்?

நான் முன்னரே குறிப்பிட்டதுபோல, கொலஸ்ட்ரால் அதிகமாக இருந்தால், அது ரத்த நாளங்களின் உட்புறத்தில் மெழுகு போல் படிய ஆரம்பிக்கும். நாளடைவில் அந்தப் படிவத்தின் தடிமன் அதிகமாகி, தமனிகளை முழுமையாக அடைத்து விடும். இந்த நிலையைத்தான் அதரோகிளிய ரோசிஸ் என்று அழைக்கிறோம். அடைப்பு ஏற்படுவதால் ரத்த ஓட்டம் பாதிக்கப்பட்டு இதயத் திசுக்களுக்குப் போதிய ரத்தம் கிடைக்காமல் மாரடைப்பு ஏற்படுகிறது.

உடல் பருமனும் மாரடைப்பு ஏற்பட ஒரு முக்கியக் காரணம். பெண்களுக்கு கொழுப்புப் படிமானம் இடுப்புப் பாகத்திலும், தொடைகளிலும் அதிகமாகக் காணப்படும். ஆனால் ஆண்களுக்கு வயிற்றுப் பாகத்தில் கொழுப்பு சேமிப்பு அதிகம் காணப்படும். இவ்வாறு ஆண்களுக்கு வயிற்றைச் சுற்றி ஏற்படும் கொழுப்பு சேகரிப்பு பெண்களின் இடுப்பைச் சுற்றி ஏற்படும் சேகரிப்பை விட அபாயகரமானது.

நம்முடைய வயிற்றின் சுற்றளவை சென்டிமீட்டர் கணக்கில் அளவெடுக்க வேண்டும். அதே போல் இடுப்பின் சுற்றளவை யும் கணக்கெடுத்து, இவ்விரண்டுக்கும் உள்ள வித்தியா சத்தைக் கணக்கிட வேண்டும்.

வயிற்றின் சுற்றளவு/இடுப்பின் சுற்றளவு- அதாவது, waist/hip Ratio என்று இதைக் குறிப்பிடுவார்கள். இந்த அளவு, ஆண்களுக்கு ஒன்றுக்கு மேலும், பெண்களுக்கு 0.8-க்கு அதிகமாகவும் இருந்தால் ஆபத்து என்று அர்த்தம்.

நீரிழிவு நோயாளிகளுக்கு மாரடைப்பு, வலி அறிகுறி ஏதும் இன்றி மௌனமாக ஏற்பட வாய்ப்பு உண்டு. ரத்தத்தில் உள்ள அதிகப்படியான குளுக்கோஸ் ரத்த நாளங்களைச் சிதைத்து, அதன் விளைவாக மாரடைப்பு ஏற்படும்.

பெண்களுக்குக் கருவகங்களில் உற்பத்தி ஆகும் ஹார்மோன் கள் கொலஸ்ட்ரால் அளவைக் குறைப்பதனால் பெண்களை விட, ஆண்களுக்கு மாரடைப்பு ஏற்பட அதிக வாய்ப்பு உள்ளது.

மாரடைப்பு ஏற்பட பரம்பரை ரீதியான காரணங்கள் தவிர, புகைபிடிப்பது, மது அருந்துவது போன்ற பழக்கங்களும் காரணங்களாக அமையலாம்.

ரத்த அழுத்தம்

ரத்த நாளங்கள் வழியாகச் செல்லும் ரத்தம், நாளங்களின் சுவர்கள் மீது ஒரு குறிப்பிட்ட அளவு அழுத்தத்தை உண்டாக்குகிறது. இவ்வாறு ஏற்படுத்தும் அழுத்தத்தையே ரத்த அழுத்தம் என்கிறோம்.

ஒரு சராசரி மனிதனின் ரத்த அழுத்த அளவீடு 120/80 எனக் குறிக்கப்படும். இந்த அளவீடு வயதுக்கும் நாம் செய்யும் வேலைப்பாட்டுக்கும் தகுந்தவாறு மாறும். நாளங்கள் நெகிழ் தன்மையுடன் இருந்தால்தான் ரத்த அழுத்தமும் ஆரோக்கிய மான நிலையில் இருக்கும்.

ஆனால் பல காரணங்களால் தமனிகளின் நெகிழ்தன்மை குறையும் பொழுது ரத்தத்தின் அழுத்தம் அதிகரிக்கும். இதனால் உயர் ரத்த அழுத்தம் ஏற்பட்டு, இதயத்துக்கு பல விதமான சிக்கல்கள் உருவாகிவிடும்.

உணவு மூலம் கிடைக்கும் கொழுப்புச் சத்துகள்

நாம் உண்ணும் உணவு மூலம் கிடைக்கும் கொழுப்புச் சத்துகளைப் பற்றி தெரிந்து கொண்டால், உணவில் எதை சேர்த்துக் கொள்ள வேண்டும், சேர்த்துக் கொள்ளக்கூடாது என்று தெளிவாகப் புரிந்துகொள்ள முடியும். கொழுப்புச் சத்துக்கள் செறிவுற்ற கொழுப்பு அமிலங்கள் என்றும் செறிவற்ற கொழுப்பு அமிலங்கள் என்றும் இரண்டு வகைப் படும்.

விலங்குகளிலிருந்து கிடைக்கும் இறைச்சி, நெய், வெண் ணெய், பால் ஏடு, வனஸ்பதி, தேங்காய் எண்ணெய் ஆகிய வற்றில் அதிகமாகக் காணப்படுவது செறிவுற்ற கொழுப்பு

அமிலம். இது உடலுக்கு அதிகத் தீங்கை விளைவிக்கும். கொலஸ்ட்ரால் அளவையும் ரத்தத்தில் உயர்த்தும். செறிவற்ற கொழுப்பு அமிலம், நல்லெண்ணெய், சோயா எண்ணெய், சூர்யகாந்தி எண்ணெய்,கடலை எண்ணெய் ஆகிய சமையல் எண்ணெய்களில் காணப்படுகிறது.

மீன் எண்ணெய்களில் காணப்படும் ஒமேகா கொழுப்பு அமிலம் என்ற செறிவற்ற கொழுப்பு, இதயத்தைப் பாதுகாக்கும் தன்மையுடையது.

சாதாரணமாக ஒரு நாளைக்கு ஒரு நபர், சமையல் எண்ணெயை 15-20 கிராம், அதாவது ஒரு டேபிள் ஸ்பூன் என்ற அளவில்தான் எடுத்துக் கொள்ள வேண்டும்.

இதயத்துக்கு உகந்த உணவுகள்

- மீன் மற்றும் மீன் எண்ணெய்களில் காணப்படும் ஒமேகா கொழுப்பு அமிலங்கள், இதய நோய்களிலிருந்து காப்பாற்றும் தன்மையுடையது. எஸ்கிமோக்களும், நம் நாட்டில் கேரள மாநிலத்தில் வாழும் மக்களும் மாரடைப்பில் இருந்து தப்பித்துக் கொள்வதற்கு, அவர்கள் உணவில் மீனை அதிகமாக சேர்த்துக் கொள்வதே காரணம் என்று உறுதியாகக் கூறப்படுகிறது.
- கடல் மீன்களில் உள்ள செலினியம் என்ற சத்து உடம்பில் இருக்கும் நச்சுப் பொருள்களுக்கு எதிரியாக அமைகிறது. ஒரு வாரத்துக்கு மூன்று முறை 100-200 கிராம் வரை மீனை உணவில் சேர்த்துக் கொள்ளலாம். சைவ உணவுகளில் இந்த ஒமேகா கொழுப்பு அமிலம், உளுத்தம் பருப்பு, காராமணி மற்றும் பாதாம் பருப்பு ஆகியவற்றில் காணப்படுகிறது.
- சோயா விதைகளை பத்து நாளைக்கு ஒரு முறை உணவில் சேர்த்துக் கொண்டால் நல்ல பலன் தரும்.
- பச்சைக் காய்கறிகளிலும், பழங்களிலும் நிறைந்து காணப்படும் நார்ச்சத்து ரத்தத்தில் இருக்கும் கொலஸ்ட்ராலைக் குறைக்கும் தன்மையுடையது. எனவே தினமும் ஒரு கப் காய்கறி சாலட் அல்லது பழ சாலட் எடுத்துக் கொண்டால் இதயத்தை ஆரோக்கியமாக வைத்திருக்கலாம்.

ரத்த அழுத்தமும் அதைக் குறைக்கும் உணவு முறைகளும்

ரத்த அழுத்தம் என்றாலே நம் நினைவுக்கு வருவது உணவில் சுவைக்காகச் சேர்க்கப்படும் சோடியம் க்ளோரைடு எனப் படும் உப்புதான். சாதாரணமாக சராசரி மனிதன் ஒரு நாளைக்கு 5 கிராமுக்கும் குறைவாகவே உப்பை உணவில் சேர்த்துக் கொள்ள வேண்டும். ரத்த அழுத்தம் ஏற்பட்டால் உணவில் உப்பின் அளவை 2 கிராமாகக் குறைத்துக் கொள்ள வேண்டும்.

அதிக உப்பைச் சேர்த்துக் கொள்வதால் ரத்த அழுத்தம் அதிகரித்து இதயம், மூளை, சிறுநீரகம் ஆகியவை பாதிப்புக்கு உள்ளாகும்.

உணவில் உப்பைக் குறைப்பது எப்படி?

- சமைக்கும்போது உப்பைக் கடைசியாகச் சேர்த்தால் உப்பின் அளவு குறைவாகவே தேவைப்படும்.
- சாப்பிடும்போது உப்பைக் கூடியவரை சேர்க்காமல் சாப்பிடுங்கள்.
- புளிப்பைக் குறைவாகச் சேர்த்துக்கொண்டல் உப்புச் சுவையும் அதிகமாக தேவைப்படாது.
- சோடியம் க்ளோரைடு மட்டுமின்றி சோடியம் பை கார்பனேட் எனப்படும் உப்புச் சத்தையும் உணவில் அதிகம் சேர்த்துக் கொள்ளக்கூடாது.

உப்புச் சுவை அதிகம் உள்ள உணவுகள்

சில உணவுகளில் இயற்கையாகவே உப்புச் சத்து அதிகமாக இருக்கும். இப்படிப்பட்ட உணவுகளைத் தவிர்ப்பது நல்லது.

பிஸ்கட், ஊறுகாய், அப்பளம், வத்தல், சட்னி, பேக்கரியில் தயாராகும் தின்பண்டங்கள், ரொட்டி, டப்பாக்களில் அடைக்கப்பட்ட திடீர் உணவு வகைகள், அஜினமோட்டோ, தக்காளி சாஸ், சிப்ஸ், வறுத்த முந்திரி, நிலக்கடலை, பாதாம் ஆகியவைதான் உப்புச்சத்து அதிகமுள்ள உணவுகள்.

இறைச்சி, முட்டை, வெண்ணெய், சீஸ், சமையல் சோடா ஆகியவற்றிலும் நூல்கோல்,பசலைக்கீரை, எறால், பீட்ரூட்,

லெட்யூஸ் இலை போன்ற உணவுகளிலும் சோடியம் அதிக
மாக உள்ளது.

சோடியம் குறைவாகக் காணப்படும் உணவுகள்

ஆப்பிள், வெங்காயம், வாழைப்பழம், பட்டாணி, பேரிச்சம்
பழம், முட்டைக்கோஸ், சாத்துக்குடி, தானியங்கள், எலு
மிச்சம்பழம், காலிபிளவர், பைன் ஆப்பிள், பச்சைப்பயறு,
தர்பூசணி, கடலைப் பருப்பு, திராட்சை, உளுந்து, தக்காளி,
கொள்ளு, சுரைக்காய், உருளைக்கிழங்கு, வெள்ளரிப்பிஞ்சு,
பூசணிக்காய், வெண்டைக்காய்.

மேலே கூறிய உணவுகளை அதிகம் சேர்த்துக் கொள்வதால்
உடலுக்குள் செல்லும் சோடியத்தின் அளவைக் குறைக்க
லாம்.

இதய நோயால் பாதிக்கப்பட்டவர்கள் பின்பற்ற வேண்டிய உணவு முறைகள்:

- மாரடைப்பு ஏற்பட்ட பின், முதல் சில நாட்களுக்கு
  குறைந்த கலோரி உணவுகளையே அளிக்க வேண்டும்.
  உணவைச் சிறிது சிறிதாக பல முறை அளிக்க வேண்டும்.

- 500-800 கலோரிக்கு மேல் உணவை உட்கொள்ளக்கூடாது.
  அதிக உணவு சாப்பிட்டால், செரிமான மண்டலத்தில்
  ரத்த ஓட்டம் அதிகரிக்கும். அதனால் இதயத்துக்குத்தான்
  வேலைப்பளு அதிகமாகும். மாரடைப்பு ஏற்பட்டுள்ள
  நிலையில் அதிக வேலைப்பளு கொடுப்பது ஆபத்
  தானது. எனவேதான் குறைவான கலோரியை எடுத்துக்
  கொள்ளுமாறு வலியுறுத்தப்படுகிறது.

- வயிறு உப்புசம் ஆகும் வகையில் அதிக உணவையோ,
  வாயுத்தொல்லை கொடுக்கும் பயறு வகைகளையோ,
  கிழங்கு வகைகளையோ உணவில் சேர்த்துக் கொள்ளக்
  கூடாது.

- நன்கு குழைந்த சாதம், இட்லி, இடியாப்பம் போன்ற
  மிருதுவான உணவுகளையே உண்ண வேண்டும்.

- பூண்டு இதயத்துக்கு இதமளிக்கும் ஓர் உணவு.
  'பூண்டைத் தின்றார் ஆண்டை வென்றார்' என்று கூறப்
  படுவதைக் கேட்டிருக்கிறீர்களா? ஒரு பல் பூண்டாவது

தினமும் சாப்பிட்டால் நீண்ட ஆயுளும், ஆரோக்கியமும் கிடைக்கும்.

- கைக்குத்தலரிசியை, பதப்படுத்தப்பட்ட அரிசிக்குப் பதிலாக உணவில் சேர்த்துக் கொள்வது உடல் ஆரோக்கி யத்தை மேம்படுத்தும்.

- ஒரு முறை சமையலுக்கு உபயோகித்த எண்ணெயை மீண்டும் மீண்டும் உபயோகிக்காதீர்கள். அவ்வாறு செய்வதால் ரத்தத்தில் உள்ள கொலஸ்ட்ரால் அதிக மாகும்.

- வெந்தயத்தை அதிகமாக உணவில் சேர்த்துக் கொண் டால் ரத்தத்தில் கொலஸ்ட்ராலின் அளவு குறையும்.

- பொட்டாசியம் இதயத்தின் இயக்கத்துக்குத் தேவையான ஒரு சத்து. வாழைப்பழம், ஆரஞ்சு, திராட்சை, சப் போட்டா, ஆப்பிள் போன்ற பழங்களில் அதிகமாகக் காணப்படுகிறது. இவற்றில் ஏதேனும் இரண்டு பழங் களை தினமும் உட்கொள்வது நல்லது.

- இளநீர், மோர், காய்கறி சூப் ஆகியவற்றைத் தாராளமாக எடுத்துக் கொள்ளலாம்.

- காபி, டீ ஆகியவை இதயத் துடிப்பை அதிகரிக்கும். ஆகவே இவற்றை முற்றிலும் தவிர்க்க வேண்டும்.

- உணவின் அளவைக் குறைப்பதாலும், அதிகமாகக் குழைந்த உணவைக் கொடுப்பதாலும் மலச்சிக்கல் ஏற்படலாம். எனவே நான்கு ஐந்து நாட்கள் ஆனதும் சிறிது சிறிதாக மசித்த பழங்கள், காய்கறிகள் ஆகிய வற்றை உணவில் சேர்த்துக் கொள்ள வேண்டும்.

- கொழுப்பு நீக்கப்பட்ட பால், முட்டையின் மஞ்சள் கரு, மிகவும் சூடான அல்லது குளிர்ந்த திரவங்களை உட்கொள்வது தவறு.

- உணவில் 2 கிராம் உப்புக்கு மேல் சேர்க்காமல் இருப்பது நல்லது.

- தேங்காயை உணவில் தவிர்க்க வேண்டும்.

- ஓட்டலிலோ, வேறு இடங்களிலோ சாப்பிடும் பழக் கத்தை முடிந்த வரையில் தவிர்க்க வேண்டும்.

- வாரத்துக்கு நான்கு அல்லது ஐந்து பாதாம் பருப்பைச் சாப்பிடலாம். இதிலிலுள்ள ஒமேகா கொழுப்பு அமிலம் இதயத்தைப் பாதுகாக்கும் தன்மையுடையது.
- பழச்சாறுகளைத் தவிர்த்து பழத்தை முழுமையாக உட்கொள்வதால் வேண்டிய அளவு நார்ச்சத்தும் உடலுக்குக் கிடைக்கும்.
- ஆவியில் சமைக்கப்படும் உணவுகளான இட்லி, இடியாப்பம், ஆப்பம் போன்ற உணவுகளை எடுத்துக் கொள்வது நல்லது.
- சர்க்கரை, இனிப்புப் பண்டங்கள் ஆகியவற்றைக் கட்டுப் படுத்தினால் உடல் எடை அதிகரிக்காமல் பார்த்துக் கொள்ளலாம்.
- டாக்டர் கூறிய ஆலோசனைப்படி உடற்பயிற்சியை செய்து வர வேண்டும்.
- முன்பே குறிப்பிட்டது போல, பொட்டாசியச் சத்து இதய ஆரோக்கியத்துக்கு மிக அத்தியாவசியமான சத்து. கீரை வகைகளிலும், பழவகைகளிலும், காய்கறிகளிலும் இது நிரம்பி இருப்பதால் அவற்றையெல்லாம் உணவில் அதிகமாகச் சேர்த்துக் கொள்ள வேண்டும்.

மேலே சொல்லப்பட்ட உணவுமுறைகளைத் தீவிரமாகக் கடைப்பிடித்து வந்தால், இன்னல்கள் ஏற்படாமல் இதயத்தைப் பாதுகாக்கலாம். உணவுக்கட்டுப்பாட்டைத் தவிர, இதய நோயாளிகள் கீழேயுள்ள நான்கு விதிமுறைகளையும் மனத்தில் பதித்து வைத்துக் கொள்வது நல்லது.

- உடல் எடையைக் குறைப்பது
- உடற்பயிற்சியை அதிகரிப்பது
- புகை பிடிக்கும் பழக்கம், மது அருந்துவது போன்ற பழக்கங்களைக் கை விடுவது
- உப்பைக் குறைவாக உணவில் சேர்த்துக்கொள்வது

இவற்றையெல்லாம் தவறாமல் பின்பற்றி வந்தால், இதயமும் ஆரோக்கியமாக இயங்கும். வாழ்க்கையும் இனிமையாக நகரும்.

இதய நோயாளிகளுக்கு 1500 கலோரி சக்தி வழங்கும் மாதிரி உணவு

காலை 7 மணி	பால் - 1/2 கப் (1/4 sp சர்க்கரை சேர்த்துக்கொள்ளலாம்)
காலை 8-9 மணி	இட்லி/சப்பாத்தி/இடியாப்பம் - 3, உப்புமா - ஒன்றரை cup, சட்னி (புதினா அல்லது வெங்காயம்) தேங்காய் சேர்க்கக்கூடாது.
காலை 11 மணி	மோர் - 1 கப், மாரி பிஸ்கட் - 2 No.
மதியம் 1 மணி	சாதம் - ஒன்றரை கப், சாம்பார் - 1/2 கப், காய்கறி - 1 கப், கீரை - 1 கப், தயிர் - 1/2 கப் (ஏடு நீக்கப்பட்டது)
மாலை 3-4 மணி	பால் - 1/2 கப், சுண்டல் - 1/2 கப்
இரவு 8-9 மணி	இட்லி/சப்பாத்தி/இடியாப்பம் - 2, சாம்பார்/காய்கறி கலவை - 1/2 கப்
படுக்கச் செல்லுமுன்	பால் 1/2 கப்

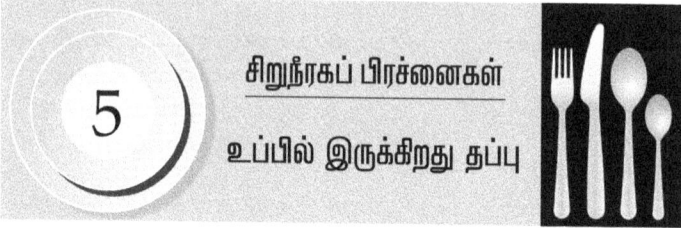

5

சிறுநீரகப் பிரச்னைகள்

உப்பில் இருக்கிறது தப்பு

உங்களுக்குத் தெரியுமா?

ஒவ்வொரு நாளும் குறைந்த பட்சமாக, மூன்று லிட்டர் திரவம் நம் உடலில் சேர வேண்டும். தண்ணீரின் மூலமாக இரண்டு லிட்டரும், பிற உணவுப் பொருள்கள் மூலமாக ஒரு லிட்டரும் சேரலாம்.

நீங்கள் ஓர் அழகான வீடு கட்டியிருக்கிறீர்கள். கார் நிறுத்துவதற்கான போர்ட்டிகோ, வரவேற்பறை, படுக்கையறை, சமையலறை, படிக்கும் அறை, பால்கனி என பார்த்து பார்த்து வீட்டைச் செதுக்கியிருக்கிறீர்கள். எல்லாவற்றையும் கவனித்துச் செய்த நீங்கள், கழிவறையில் சேரும் கழிவுகளை அகற்றும் அமைப்பை மட்டும் வைக்காமல் மறந்து விட்டால் என்னாகும்?

கழிவுகள் சேர்ந்து சேர்ந்து வீடே நாறிப்போகும்; வீட்டின் அழகான சூழல், அருவருப்பான சூழலாக மாறிவிடும் இல்லையா?

வீடு போன்றதுதான் நமது உடலும். வீட்டில் சேரும் கழிவுகளை அவ்வப்போது சுத்தப்படுத்துவது போல், உடல் முழுக்க ஓடிக்கொண்டிருக்கும் ரத்தமும் கழிவுகள் நீக்கப்

பட்டு சுத்தப்படுத்தப்பட வேண்டும். அப்போதுதான் உடல் ஆரோக்கியமாக இருக்கும். இல்லையெனில் ரத்தத்தில் கழிவுகள் சேர்ந்து உயிருக்கே ஆபத்தை உண்டாக்கக்கூடிய பிரச்னைகள் உருவாகிவிடும். அப்படி உடலின் சுத்திகரிப்பு நிலையமாகச் செயல்படுகிற உறுப்புதான் சிறுநீரகம்.

சிறுநீரகத்தின் செயல்பாடுகள்

ரத்தத்தைச் சுத்திகரித்து கழிவுகளை வெளியேற்றும் வேலை தவிர்த்து இன்னும் பல அத்தியாவசியமான செயல்பாடுகளில் பங்கேற்கிறது சிறுநீரகம். உடலிலுள்ள தண்ணீரின் அளவைச் சமநிலையில் பராமரிக்கின்றது. ரத்த அழுத்தம் சீரான அளவில் இருக்கவும் சிறுநீரகத்தின் செயல்பாடு அவசியம். எலும்புகளின் உறுதிக்குப் பயன்படும் வைட்ட மின் சத்து இங்குதான் உற்பத்தி செய்யப்படுகிறது. ரத்த அணுக்களின் எண்ணிக்கையை மேம்படுத்தவும் சிறுநீரகம் உதவி செய்கிறது.

புரத வளர்சிதை மாற்றத்தின் பொழுது தேங்கிவிடும் யூரியா, கிரியாடினின் போன்ற ரசாயனப் பொருள்களை வெளி யேற்றுவதும் சிறுநீரகத்தின் வேலைதான்.

சிறுநீரகத்தில் நெப்ரான் என்றொரு பகுதி உண்டு. ஒவ்வொரு சிறுநீரகத்திலும் பத்து லட்சம் நெப்ரான்கள் உள்ளன. ஒவ்வொரு நெப்ரானிலும் குட்டிக் குட்டி ரத்தக் குழாய்கள் ஒரு தொகுதியாக அமைக்கப்பட்டிருக்கின்றன. இத் தொகுதியை குளோமெருலஸ் (glomerulus) என்றழைக்கி றோம். இவை தவிர சிறுநீரகத்துக்குள் நீர் நுண்ணகங்களும் அமைந்துள்ளன. இவை எல்லாம் ஒன்று இணைந்துதான் ரத்தத்தை வடிகட்டி சிறுநீரை உருவாக்குகின்றன.

சிறுநீரகப் பாதிப்புகள்

சிறுநீரகத்தைப் பாதிக்கும் நோய்களில் முக்கியமானது சிறுநீரக வடிப்பு அழற்சி (glomerulonephritis). குளோமெருலஸ் பகுதியில் ஏற்படும் பாதிப்பின் காரணமாக இந்நோய் உண்டாகிறது.

இதில் பல வகைகள் உண்டு. அவற்றில் மினிமல் சேஞ்ச் (Minimal change) மற்றும் ஐ.ஜி.ஏ. நெப்ரோபதி (igA Nephropathy)

ஆகியவைதான் நம் நாட்டில் அதிகமாகக் காணப்படுகின்றன. மினிமல் சேஞ்ச் நோய், 3-ல் இருந்து 10 வயதுக்குட்பட்ட குழந்தைகளை அதிகமாகத் தாக்குகிறது. இதன் விளைவாக நெப்ரோடிக் சிண்ட்ரோம் என்ற பாதிப்பும் குழந்தைகளுக்கு உண்டாகிறது. சிறுநீரில் புரதம் அதிகமாக வெளியேறுவதுதான் இந்நோயின் முக்கியமான அடை யாளம்.

ஐ.ஜி.ஏ. நெப்ரோபதி என்பது வடிகட்டிகளான குளோமெ ருலஸில் புரதங்கள் படிவதால் உருவாகிறது. புரதப் படிவத்தின் காரணமாக சிறுநீரகத்தின் வடிகட்டும்திறன் பாதிக்கப்படுகிறது.

அறிகுறிகள்

பசியின்மை, வாந்தி, மூச்சு திணறல், முகம், கை கால் வீக்கம் போன்ற அறிகுறிகள் தென்படும். சிறுநீரில் ரத்தம் வெளி யேறும். ஒரு கட்டத்தில் சிறுநீரகச் செயலிழப்பும் ஏற்படலாம்.

சிறுநீரகச் செயலிழப்பில் கடுமையான சிறுநீரகச் செயலிழப்பு (Acute Renal Failure), நாள்பட்ட சிறுநீரகச் செயலிழப்பு (Chronic Renal Failure) என இரு வகைகள் உண்டு.

சிறுநீரகம் வெகு வேகமாகச் செயலிழக்கும் நிலையைத்தான் கடுமையான சிறுநீரகச் செயலிழப்பு என்கிறோம். கிருமி களின் தாக்குதலினாலோ, போதைப்பொருள் பழக்கத் தினாலோ இத்தகைய பாதிப்பு ஏற்படும். இதன் விளைவாக ரத்தத்தில் கழிவுப் பொருள்களின் அளவு அதிகமாகி, உப்பு, தண்ணீர் விகிதம் தாறுமாறாக மாற்றமடைந்து விடும். திசுக்களில் திரவம் தேங்கி வீக்கம் உருவாகும். இதன் தொடர்ச்சியாக இதயம், மூளை போன்ற உறுப்புகளும் பாதிக்கப்பட்டு இறுதியில் மரணம் கூட நிகழக்கூடும்.

சிறுநீரகம் மெல்ல மெல்ல செயலிழக்கும் நிலையைத்தான் நாள்பட்ட சிறுநீரகச் செயலிழப்பு என்கிறோம். சிகிச்சை அளிக்கப்படாத உயர் ரத்த அழுத்தப் பிரச்னையாலோ, சர்க்கரை நோயாலோ இது உருவாகும்.

சிறுநீரகங்கள் செயலிழந்துவிட்டால் என்னாகும்? உடலில் வேண்டாத பொருள்கள் தேங்கத் தொடங்கும். உடலில்

அதிகப்படியான நீரும், கழிவுகளும் தேங்கும் நிலையை யுரேமியா என்பார்கள். இதன் விளைவாக உடலில் ஆங் காங்கே வீக்கங்கள் தோன்றும். இந்த நிலையில் உடனடியாக சிகிச்சை எடுத்துக்கொள்ளா விட்டால் வலிப்பு உருவாகி, கோமாவாக தீவிரமடைந்து முடிவில் இறப்பு நேரும்.

சிறுநீரகச் செயலிழப்புக்கு இரண்டு வகையான சிகிச்சைகள் தான் உண்டு. ஒன்று டயாலிசிஸ். மற்றொன்று சிறுநீரக மாற்று அறுவைச்சிகிச்சை.

உடலிலுள்ள கழிவுகளை கருவி மூலம் வெளியேற்றும் முறைதான் டயாலிசிஸ் எனப்படுகிறது.

இனி, சிறுநீரகம் பாதிக்கப்பட்டவர்கள் எத்தகைய உணவு முறையைப் பின்பற்றலாம் எனப் பார்க்கலாம்.

உணவு முறை சிகிச்சை

சிறுநீரில் அதிக புரதம் வெளியேறினால், புரதத்தை உணவில் அதிகம் சேர்த்துக் கொள்ளக்கூடாது. அவ்வாறு இல்லாத பட்சத்தில் தரமான புரதத்தை நோயாளிக்கு அளிக்க வேண்டும்.

தண்ணீர்

முதல் கட்ட சிகிச்சையில் தண்ணீர் உட்கொள்ளும் அளவைக் குறைக்க வேண்டும். அவ்வாறு செய்வதால் கை கால்களில் தேங்கியிருக்கும் நீரின் அளவு ஆபத்தான நிலைக்கு உயராது. உடல் எடையைத் தினந்தோறும் குறித்துக்கொண்டே வர வேண்டும். தினமும் நோயாளி உட்கொள்ளும் தண்ணீரின் அளயையும் சிறுநீரகத்தின் மூலம் வெளியேறும் சிறுநீர் அளவையும் ஒப்பிடுதல் வேண்டும்.

சிறுநீர் அளவை விடக் கூடுதலாக 500மி.லி தண்ணீர் உட் கொள்ள வேண்டும். (இளநீர். மோர், காபி, டீ, பழச்சாறுகள், கஞ்சி, சாம்பார், ரசம் ஆகியவற்றில் சேர்க்கப்படும் தண்ணீரும் இதில் அடக்கம்).

தாகம் அதிகம் ஏற்பட்டால் ஐஸ்துண்டுகளை உதடுகளின் மேல் வைத்துக் கொள்ளலாம். ஆனால் அதை முழுங்கக் கூடாது. தாகத்தைக் குறைக்க உப்பின் அளவை உணவில்

குறைத்துக் கொள்ள வேண்டும். சிறுநீரகக் கோளாறுடன் நீரிழிவும் இருந்தால் ரத்தத்திலுள்ள சர்க்கரை அளவைக் கட்டுப்படுத்த வேண்டும்.

நோயாளிக்கு போதுமான அளவு கலோரியை அளிக்க மாவுச் சத்தை எடுத்துக்கொள்ள வேண்டும். வயதுக்கும் எடைக்கும் ஏற்றவாறு மாவுச்சத்தை உட்கொள்ளலாம். தானிய வகை களை உணவில் தாராளமாகச் சேர்த்துக் கொள்ளலாம்.

புரதச் சத்து

அசைவ உணவுகளில் கிடைக்கும் தரமான முழுமையான புரதத்தை அளிக்கலாம். 1 கிராம் உடல் எடைக்கு 0.5 கிராம் புரதம் எடுத்துக்கொள்ளலாம். பருப்புவகைகளும், வேர்க் கடலையும் யூரியாவின் அளவை ரத்தத்தில் ஏற்றுவதால் இவற்றை உணவிலிருந்து ஒதுக்க வேண்டும்.

வைட்டமின் சத்துகளும் தாதுப் பொருட்களும்

சிறுநீரகச் செயலிழப்பு தோன்றினால் சோடியம் எனப்படும் சமையல் உப்பைக் குறைத்துக்கொள்ள வேண்டும். இத்துடன் உப்பு அதிகம் கலந்துள்ள ஊறுகாய், அப்பளம், கேக், குளிர்பானங்கள், பாப்கார்ன், பிஸ்கட், உலர்ந்த பழவகைகள், உலர்ந்த மீன் ஆகியவற்றைக் குறைத்துக் கொள்ள வேண்டும். பொட்டாசியத்தின் அளவையும் உணவில் குறைத்துக் கொள்ள வேண்டும்.

சோடியம், பொட்டாசியம் ஆகிய இரண்டும் இயல்பாகவே காய்கறிகள், பழங்களில் அதிகமாகக் காணப்படும். எனவே சோடியம், பொட்டாசியம் ஆகியவை குறைவாக இருக்கும் காய்கள், பழங்களையே உணவில் சேர்த்துக் கொள்ள வேண்டும்.

உப்புச் சத்து அதிகம் காணப்படும் காய்கறிகள்

அவரைக்காய், பருப்புகீரை, காலிபிளவர், பலாக்கொட்டை, நூல்கோல், தாமரைத் தண்டு, மாங்காய், கொத்தமல்லி விதை, காராமணி, தண்டுக்கீரை, பச்சை தக்காளி, தேங்காய், முள்ளங்கி.

இவற்றைத் தவிர்க்க வேண்டும்.

பொட்டாசியம் அதிகம் காணப்படும் காய்கறிகள், பழங்கள்

காய்கறி	பழங்கள்
முளைக்கீரை	மாம்பழம்
கொத்தமல்லி தழை	நெல்லிக்கனி
முருங்கைக்கீரை	ப்ளம்
உருளைக்கிழங்கு	சப்போட்டா
பசலைக்கீரை	எலுமிச்சம்பழம்
முருங்கைக்காய்	சாத்துக்குடி
பப்பாளிக் காய்	
முருங்கைக்காய்	

பொட்டாசியம் குறைந்து காணப்படும் காய்கறிகள், பழங்கள்

காய்கறி	பழங்கள்
பீட் ரூட்	பைன் ஆப்பிள்
மாங்காய்	பப்பாளி
பட்டாணி	ஆப்பிள்
பீர்க்கங்காய்	வாழைப்பழம்
புடலங்காய்	கொய்யாப்பழம்
வெந்தயக் கீரை	தர்பூசணி

மேலே உள்ளவற்றை உணவில் சேர்த்துக்கொள்ளலாம்.

கொட்டை வகைகள், வெல்லம், இன்ஸ்டன்ட் காபி, சாக்லெட், கோகோ தூள் போன்றவற்றை உணவிலிருந்து ஒதுக்க வேண்டும்.

கடுமையான சிறுநீரகச் செயலிழப்புக்கு உணவுக் கட்டுப்பாடு மிக முக்கியம்.

டயாலிசிஸுக்கு உட்பட்ட நோயாளியாக இருந்தால் 40 கிராம் வரை புரதம் அளிக்கலாம். குளுக்கோஸ் தண்ணீர் கொடுக்க வேண்டும் (700 மி.லி). வாய்வழியாக உணவை

எடுத்துக்கொள்ள முடியாத நிலையில் குழாய் மூலம் உணவைச் செலுத்த வேண்டும்.

சிறுநீரகக் கோளாறால் பாதிக்கப்பட்ட 7 வயது சிறுவனுக்குப் பரிந்துரைக்கப்படும் மாதிரி உணவு. (இந்த உணவில் மாவுச் சத்து 36 கிராமும், புரதம் 30 கிராமும், கொழுப்பு 60 கிராமும், உப்புச்சத்து 460 மி.கிராமும், பொட்டாசியம் 1200மி.கிராமும் அடங்கியுள்ளது. 2100 கலோரி கொடுக்கக்கூடியது).

பால்	-	250 மிலி
தயிர்	-	100 கி
முட்டை	-	1
சாதம்	-	50 கி
பிரெட்	-	4 துண்டு
அரைரொட்டி மாவுக் கஞ்சி	-	100 கி
உருளைக்கிழங்கு	-	50 கி
பொட்டாசியம் சத்து குறைந்த காய்கறி	-	125 கி
ஜவ்வரிசி	-	100 கி
அரைரொட்டி மாவு பிஸ்கட்	-	4-5
சமையல் எண்ணெய்	-	40 கி
குளுக்கோஸ் / சர்க்கரை	-	50 கி
பழம் (பொட்டாசியம் அளவு குறைந்தது)	-	1 (100 கி)

பாதாம், வேர்க்கடலை, முந்திரி போன்ற பருப்பு வகைகளையும், பழச்சாறுகளையும் கொடுக்கக்கூடாது. பரிந்துரைக்கப்பட்ட பாலின் அளவைவிட அதிகமாகவும் கொடுக்கக்கூடாது.

டயாலிசிஸுக்கு உட்படாத நோயாளிகள் மேற்கொள்ள வேண்டிய மாதிரி உணவு

நேரம்	உணவு	அளவு
காலை	டீ (சர்க்கரை சேர்த்து)	1 கப்

	ரொட்டி	2 துண்டு (அ)
	இட்லி	2
	முட்டை	1
	அரைரொட்டி மாவு பிஸ்கட்	4
மதியம்	சாதம்	25 கி
	தயிர்	120 கி
	காய்கறி	125 கி
	ஜவ்வரிசி கிச்சடி	50 கி
	பழம் 1	100 கி
	சமையல் எண்ணெய்	10 கி
மாலை	டீ	1 கப்
	ஜவ்வரிசி வடை	2
இரவு	சப்பாத்தி	4 (அ)
	சாதம்	25 கி
	காய்கறி	125 கி
	உருளைக்கிழங்கு கட்லெட்	2
	எண்ணெய்	15 கி
	சர்க்கரை	50 கி

இந்த உணவு ஏறத்தாழ 2000 கலோரியும் 30 கி புரதமும் தரும்.

இந்த உணவு ஏறத்தாழ 2000 கலோரியும் 30 கிராம் புரதமும் தரும்.

டயாலிஸிஸ் முறைக்கு உட்பட்ட நோயாளிகள் எடுத்துக் கொள்ள வேண்டிய மாதிரி உணவு

நேரம்	**உணவு**	**அளவு**
காலை	டீ (சர்க்கரை சேர்த்தது)	1 கப்
	ரொட்டி	2 துண்டு

	பால்	1 கப்
	வெண்ணெய்	25 கி
	அரை ரொட்டி மாவு பிஸ்கட்	4
மதியம்	சாதம்	25 கி
	தயிர்	120 கி
	காய்கறி	125 கி
	ஜவ்வரிசி கிச்சடி	50 கி
	பழம்	1
	சமையல் எண்ணெய்	10 கி
	பால் கட்டி	25 கி
மாலை	டீ	1 கப்
	ஜவ்வரிசி வடை	2
இரவு	சப்பாத்தி	4
	சாதம்	25 கி
	தயிர்	120 கி
	காய்கறி	125 கி
	உடைத்த பருப்பு	25 கி
	சமையல் எண்ணெய்	10 கி
படுக்கச் செல்லும்முன்	பால்	200 மிலி

இந்த உணவின் மூலம் 2400 கலோரியும், 370 கிராம் மாவுச் சத்தும், 50 கிராம் புரதமும் கிடைக்கும்.

சிறுநீரகக் கற்கள்

சிறுநீரகம், ரத்தத்திலிருந்து தேவையற்ற பொருட்களை வடிகட்டிச் சிறுநீராக மாற்றி வெளித் தள்ளுகிறது.

சராசரியாக, ஒரு நாளைக்கு ஒரு மனிதனின் சிறுநீரகங்கள் ஒன்றரை லிட்டர் சிறுநீரை வெளியேற்றுகின்றன.

புரத வளர்சிதை மாற்றத்துக்குப் பிறகு எஞ்சுகின்ற யூரிக் அமிலம், பாஸ்பேட், ஆக்ஸலேட் போன்ற கழிவுப் பொருள் களை வெளியேற்றுவது சிறுநீரின் முக்கிய வேலைகளில் ஒன்று. இவை சரி வர வெளியேற்றப்படவில்லை என்றாலோ, தேவைக்கு அதிகமான கழிவுப் பொருட்கள் உடலில் தேங்கினாலோ சிறுநீரகக் கற்கள் உருவாகலாம்.

சிறுநீரகத்தில் அமிலத்தன்மை அதிகரித்தால் யூரிக் கற்கள் உருவாகும். காரத்தன்மை அதிகரித்தால் பாஸ்பேட் (phosphate) அல்லது சுண்ணாம்புக் (calcium) கற்கள் உருவாகும். தென்னிந்தியாவைவிட வட இந்தியாவில் சிறு நீரகக் கற்களின் தாக்குதல் அதிகமாக உள்ளது.

சிறுநீரகக் கற்கள் வருவதற்கான காரணம்

கோடைக்காலங்களில் போதிய அளவு தண்ணீர் குடிக்கா மலும், சிறுநீர் வெளியேற்றாமலும் இருப்பதன் மூலம் சிறுநீரகக் கற்கள் ஏற்படலாம். தைராய்டு சுரப்பியின் சுரப்பு அதிகமானாலும் இப்பிரச்சனை ஏற்படலாம்.

நம் உணவில் சேர்த்துக்கொள்ளும் உணவுகளில் காரத்தன்மை யும், அமிலத்தன்மையும் அதிகரித்தால் சிறுநீரகத்தில் கற்கள் உருவாகும். டீ அதிகமாக உட்கொண்டால் சிறுநீரகக் கற்கள் ஏற்படும்.

குடிதண்ணீரில் கலந்திருக்கும் ரசாயனப் பொருள்களாலும், அதிக அசைவ உணவை எடுத்துக் கொள்வதாலும்கூட சிறுநீரகக் கற்கள் ஏற்படலாம்.

சிகிச்சை முறை

உணவில் ஆக்ஸலிக் அமிலத்தின் அளவும், புயூரினின் (purine) அளவும் குறைவாகவே இருக்க வேண்டும். இத்துடன் சுண்ணாம்பு மற்றும் பாஸ்பரஸ் சத்தை அதிகம் சேர்த்துக் கொள்ளக்கூடாது. உணவு மூலம் ஏற்கனவே உருவாக்கிய கற்களை நீக்க இயலாது. ஆனால், புது கற்கள் உருவாகாமல் பார்த்துக் கொள்ளலாம்.

சுண்ணாம்புச் சத்து அதிகம் உள்ள உணவுகள்

அகத்திக் கீரை, முருங்க இலை, பால், தயிர், கசகச பொடி, மீன், இறால், நண்டு, கேழ்வரகு, சோயா, எள்.

பாஸ்பேட் அதிகம் காணப்படும் உணவுகள்

தானிய வகைகள், கொட்டைகள், எண்ணெய் வித்துகள், கேரட், பால், பாலைச் சார்ந்த உணவுகள், முட்டை, இறைச்சி, குளிர்பானங்கள்.

ஆக்ஸலேட்

கீரைவகைகள், டீ, காபி, கோகோ, சாக்லெட், பீட்ரூட், முந்திரி, கருணைக்கிழங்கு, பீன்ஸ், நெல்லிக்காய், அத்திப் பழம், வெண்டைக்காய், பாதாம்.

பியூரின் அதிகம் உள்ள உணவு

ஆட்டு ஈரல், மூளை, சிறுநீரகம், மீன், இறைச்சி சூப்

சிறுநீரகக் கற்களின் வகைகளும் அதற்கு ஏற்ற சிகிச்சையும்

சிறுநீரகத்தில் உள்ளவை சுண்ணாம்பு அல்லது மக்னீஸியம் கற்களாக இருந்தால், அசைவ உணவுகளையும், கொட்டை, பருப்பு, தானிய வகைகளையும் சேர்த்துக் கொள்ளலாம். ஆனால் பால், பழம், பேக்கரி பொருள்களை அதிகமாகச் சேர்த்துக் கொள்ளக் கூடாது. காபி, டீ தயார் செய்யும் பொழுது சிறிதளவே பாலைப் பயன்படுத்த வேண்டும். முழுதானிய வகைகளை மிதமாகச் சேர்த்துக் கொள்ள வேண்டும்.

ஆப்பிள், வாழைப்பழம், திராட்சை, தர்பூசணிப்பழம், முட்டைக்கோஸ், காலிபிளவர், கத்திரிக்காய், தக்காளி, உருளைக்கிழங்கு ஆகிய காய்கறிகளையும், பழங்களையும் சேர்த்துக்கொள்ளலாம். ஆனால் பைன் ஆப்பிள், ஆரஞ்சு, பேரிச்சம், பீன்ஸ், கீரைகள், வெண்டைக்காய், வெங்காயம் ஆகியவற்றை மிதமாக சேர்த்துக்கொள்ள வேண்டும்.

யூரிக் கற்களாக இருந்தால் அசைவ உணவைத் தவிர்க்க வேண்டும். ஆனால் பால், பழம், காய்கறிகளை எடுத்துக் கொள்ளலாம்.

ஆக்ஸலேட் கற்களாக இருந்தால் பீன்ஸ், பீட்ரூட், சாக்லேட், கோகோ, ப்ளம், உலர்ந்த அத்திப்பழம், பசலைக்கீரை, தக்காளி, டீ ஆகியவற்றை உணவிலிருந்து ஒதுக்க வேண்டும்.

ஆனால் கற்கள் எந்த வகையானதாக இருந்தாலும், சிகிச்சை யின் முக்கிய அம்சம், நிறைய தண்ணீரைப் பருகுவதுதான். 2 லிட்டர் சிறுநீரைக் கழிக்கும் வண்ணம் திரவங்களைப் பருக வேண்டும். இளநீர், பார்லி கஞ்சி, பழச்சாறு ஆகியவற்றை அதிகமாகப் பருகவேண்டும். கற்கள் ஒரு முறை உருவானால் மறுபடியும் வர வாய்ப்பு இருக்கிறது. அதனால் இதைத் தவிர்க்க கற்களின் பண்பை அறிந்து அதற்கு ஏற்ற உணவை எடுத்துக் கொள்ளுதல் வேண்டும்.

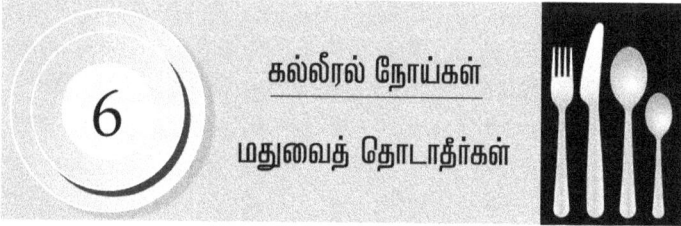

6 கல்லீரல் நோய்கள்
மதுவைத் தொடாதீர்கள்

உங்களுக்குத் தெரியுமா?

மனித உடலில் உள்ள மிகப்பெரிய சுரப்பி கல்லீரல்தான். கல்லீரல் மொத்தம் எத்தனை வேலைகளைச் செய்கிறது தெரியுமா? நூறு.

இதயம், மூளை, சிறுநீரகம் போன்ற உறுப்புகள் அளவுக்கு கல்லீரல் பரவலாக அறியப்பட்ட பகுதியில்லை. ஆனால் அவற்றைப் போலவே உடலின் ஆரோக்கியத்துக்கான முக்கியமான செயல்பாடுகளைத் தன் வசம் வைத்திருக்கிறது கல்லீரல்.

உடம்புக்குத் தேவையான ஊட்டச்சத்துக்களான கார்போ ஹைட்ரேட், புரதம், வைட்டமின்கள், கொழுப்பு ஆகிய வற்றின் வளர்சிதை மாற்றத்தில் கல்லீரல் மிக முக்கியப் பங்காற்றுகிறது. முக்கிய ஊட்டச்சத்துகளைச் சேமித்துத் தேவையான காலங்களில் உடலின் பயன்பாட்டுக்காக அனுப்பி வைப்பதும் கல்லீரல்தான்.

குறிப்பாக உணவிலிருந்து கிடைக்கும் சர்க்கரைப் பொரு ளான குளுக்கோஸை, கல்லீரல்தான் குளுக்கோஜென்னாக மாற்றி சேமித்து வைத்துக் கொள்கிறது. உடலிலுள்ள சக்தி

குறையும்போது இந்த குளுக்கோஜென் குளுக்கோஸாக மாற்றப்பட்டு பயன்படுத்திக் கொள்ளப்படுகிறது.

ரத்தத்திலுள்ள புரதத்தை உற்பத்தி செய்கிற பொறுப்பும் கல்லீரலிடம்தான் இருக்கிறது. நோய் எதிர்ப்புத் தன்மை யிலும் இது முக்கியப் பங்காற்றுகிறது. உடலில் சேரும் பல விஷத்தன்மையுள்ள பொருள்களை, விஷத்தன்மை அற்றதாக மாற்றும் மந்திர வேலையும் கல்லீரலில்தான் நடக்கிறது.

இவ்வளவு அத்தியாவசியமான பணிகளைச் செய்யும் கல்லீரலில் பாதிப்பு ஏற்பட்டால், அது உடல்நலத்தை எந்த அளவுக்குப் பாதிக்கும் என்பது உங்களுக்கே புரிந்திருக்கும்.

நோய்க்கிருமிகள் தாக்குதல்

கல்லீரலில் உண்டாகும் பெரும்பாலான பாதிப்புகள், வைரஸ் நுண்கிருமிகளாலும், விஷத்தன்மையுள்ள வேதிப்பொருள் களாலுமே உருவாகிறது. A,B,C,D,E மற்றும் G வகை நுண் கிருமிகள் ஹெபடைடிஸ் என்ற நோயை உண்டாக்கு கின்றன. B,C,D மற்றும் G வகை நுண்கிருமிகள் மஞ்சள் காமாலை நோயை ஏற்படுத்துகின்றன.

அதிகமாக மது அருந்துவதாலும், சத்தான உணவை எடுத்துக் கொள்ளாததாலும் கூட கல்லீரல் பாதிப்பு ஏற்படலாம். மருத்துவர் ஆலோசனையின்றி மருந்து மாத்திரைகள் உட்கொள்வதும் கல்லீரலைப் பாதிக்கும்.

மஞ்சள் காமாலை நோய்

மஞ்சள் காமாலை நோய்தான், கல்லீரல் பாதிக்கப்பட்டிருப்ப தற்கான முக்கியமான அறிகுறி. சுகாதாரமற்ற உணவையும், காய்ச்சாத அசுத்தமான நீரையும் உட்கொள்வதால் இந்நோய் ஏற்படுகிறது. இந்தப் பாதிப்பின் விளைவாக, தேவைக்கு அதிகமாகப் பித்த நீரை கல்லீரல் சுரக்கும். அதனால்தான் மஞ்சள் காமாலை நோயால் பாதிக்கப்பட்டவரின் தோல் மற்றும் கண்கள் மஞ்சள் நிறத்தில் காணப்படும்.

இந்நோயின் அறிகுறிகள்

தலைவலி, தீராக் காய்ச்சல், வயிற்று வலி, வாந்தி, சோர்வு, பசியின்மை போன்றவைதான் இதன் முக்கிய அறிகுறிகள்.

சிறுநீர் மஞ்சள் நிறம் அல்லது இளஞ்சிவப்பு நிறமாக வெளியேறும். மஞ்சள் காமாலை நோயின் வெளிப்பாடாக ஹெபடைடிஸ் பாதிப்பும் ஏற்படலாம். இதில் டைப் A, B எனப் பல வகைகள் இருக்கின்றன

சரியான சமயத்தில் இதற்கு சிகிச்சை எடுத்துக்கொள்ளாவிடில், அறிகுறிகள் தீவிரமாகி சிரோசிஸ் உருவாகும். .

பின்பற்ற வேண்டிய பத்திய உணவு

அதிக காய்ச்சல், வாந்தி ஆகியவற்றால் துன்புறும் நோயாளிகள், வாய்வழியாக உணவு எடுத்துக் கொள்ளச் சிரமப்படுவார்கள். அவர்களுக்கு மூக்கு வழியாக குழாய் மூலம் உணவைச் செலுத்தலாம். வாய்வழியாக உணவை எடுத்துக் கொள்ளும் நிலையில் இருந்தால் மாவுச்சத்தும், புரதச் சத்தும் நிறைந்த, அதிகக் கலோரிச்சத்துள்ள உணவுகளை எடுத்துக் கொள்ள வேண்டும். குளுக்கோஸ், பழச்சாறு, வெல்லம், தேன், சர்க்கரை ஆகியவற்றை உணவில் சேர்த்துக்கொண்டால், கலோரிச்சத்து அதிகரிக்கும்.

பழுதடைந்த கல்லீரலின் அணுக்களை புதுப்பிக்க புரதத்தின் அளவை 40 - 80 கிராம் வரை கொடுக்கலாம். ஒரு கிலோ எடைக்கு ஒரு கிராம் புரதம் கொடுப்பதும் ஏற்றது. கொழுப்புச் சத்தை 20 - 30 கிராம் வரை கட்டுப்படுத்த வேண்டும்.

மஞ்சள் காமாலை அல்லது ஹெபடைடிஸ் நோயால் பாதிக்கப்பட்டவர்கள், உணவுக் கட்டுப்பாட்டில் மிக மிகக் கவனமாக இருக்க வேண்டும். அப்படி இல்லையெனில் நோய் சரியானது போல் தோன்றினாலும் மறுபடி வருவதற்கு வாய்ப்புண்டு.

உப்புச்சத்துகளும் தாதுப்பொருட்களும்

வைட்டமின் C, வைட்டமின் B காம்ப்ளக்ஸ் போன்ற வைட்டமின்களும் உடல்நலத்தில் முக்கியப் பங்காற்றுகின்றன. உப்பை சிறிதளவு சேர்த்துக்கொண்டால் உடலில் உள்ள எலக்ட்ரோலைட்களின் அளவு சமச்சீருடன் இருக்கும்.

உணவில் சேர்த்துக்கொள்ளக் கூடியவை

சாதம், மிருதுவான சப்பாத்தி, ரொட்டி, ஏடு நீக்கப்பட்ட பால், உருளைக்கிழங்கு, பழம், பழச்சாறு, கருணைக்கிழங்கு, கரும்புச்சாறு, வெல்லம், கேரட், ஜாம், ஜெல்லி, பாயாசம்.

தவிர்க்க வேண்டியவை

மது அருந்தக் கூடாது, அதிக நெய், சட்னி, ஊறுகாய், மசாலா சாட், வெண்ணெய், வனஸ்பதி, எண்ணெய் ஆகியவற்றைத் தவிர்க்க வேண்டும். மிளகாய், மிளகு, பாலேடு, பால்கட்டி, பேக்கரி உணவுகள், இனிப்பு வகைகள், அசைவ உணவு, பீன்ஸ், முழு பருப்பு வகைகள் ஆகியவற்றைத் தவிர்க்க வேண்டும்.

மஞ்சள் காமாலை நோய்க்கும் சமையலில் பயன்படுத்தப்படும் மஞ்சள் தூளுக்கும் எந்த வகை சம்மந்தமும் இல்லை. எனவே மஞ்சதூளை சமையலில் தாராளமாகப் பயன்படுத்தலாம்.

வைரஸ் நுண்கிருமிகளால் ஏற்படும் மஞ்சள் காமாலை நோய்க்கான மாதிரி உணவு

நேரம்	**உணவு**	**அளவு**
காலை	பால்/டீ (சர்க்கரை சேர்த்தது)	1 கப்
	கொழுப்பு நீக்கப்பட்ட பால்	1 கப்
	பாலுடன் இடியாப்பம்	3 (அல்லது)
	ரொட்டி ஜாமுடன்	2 துண்டு
	வாழைப்பழம்	1
நடுப்பகல்	சாத்துக்குடிச் சாறு (அ) கரும்புச் சாறு (அ) மோர்	1 கப்
மதியம்	அரிசி சாதம்	100 கி
	சப்பாத்தி	100 கி மாவினால் ஆனது

	பருப்பு	25 கி
	கேரட் பொரியல்	1 கப்
	தயிர்	1/4 கப்
	ஜவ்வரிசி பாயாசம்	1 கப்
	ஏதேனும் ஒரு பழம்	
மாலை	டீ (சர்க்கரை சேர்த்தது)	1 கப்
	இட்லி சாம்பாருடன்	2
இரவு	சப்பாத்தி (அல்லது)	4
	சாதம்	2-3 கப்
	பீர்க்கங்காய் கூட்டு	1 கப்
	தயிர்	1 கப்

உணவில் 1 தேக்கரண்டி எண்ணெய்க்கு மேல் உபயோகிக்கக் கூடாது.

நோய் குணமடைந்து கொண்டே வரும் நிலையில் புரதத்தை யும், கொழுப்புச்சத்தையும் அதிகரித்துக் கொள்ளலாம். மேலே கொடுக்கப்பட்டுள்ள மாதிரி உணவில் ஏறத்தாழ 350 கிராம் மாவுச்சத்தும், 45 கிராம் புரதமும், 40 கிராம் கொழுப்பும் உள்ளது.

சிரோஸிஸ் (Liver Cirrhosis)

கல்லீரலில் ஏற்படும் பாதிப்புகளை கவனிக்காமல் விட்டு விட்டால், அதன் செயல்பாடு முழுமையாக பாதிக்கப்பட்டு சிர்ரோஸிஸ் ஏற்படும். இந்நிலையிலிருந்து மறுபடியும் கல்லீரலை பழைய நிலைக்குக் கொண்டு செல்வது மிகவும் கடினம்.

சிரோஸிஸ் ஏற்படக் காரணம்

மது அருந்தும் பழக்கமே முக்கியக் காரணம். இப்பழக்கத் தோடு உணவுப் பற்றாக்குறையும் சேரும்போது சிரோசிஸ் ஏற்படுவதற்கான வாய்ப்பும் அதிகமாகிறது. வைட்டமின் A பற்றாக்குறையும் இந்நோய்க்கான காரணங்களுள் ஒன்று.

அறிகுறிகள்

வாந்தி, வயிற்றுவலி, வயிற்றுப்பகுதி வீக்கம் போன்ற அறி குறிகள் பொதுவாகக் காணப்படும். இதன் ஓர் அறிகுறியாக மஞ்சள் காமாலை நோயும் வரலாம்.

நோயாளிகளுக்கு வயிற்றுப் பகுதியில் நீர் தேக்கம் மற்றும் குமட்டல் போன்ற பிரச்னைகள் இருப்பதால் உணவை போதுமான அளவு எடுத்துக் கொள்ள இயலாது. ஆனால் சிரோஸிஸ் நோயாளிகளுக்கு அதிகக் கலோரி (அதாவது 2500 கலோரி வரை) தேவைப்படுகிறது. இந்த முரண்பட்ட நிலையை மனத்தில் கொண்டு உணவுமுறையைத் திட்டமிட வேண்டும்.

அதிக மாவுச்சத்து மற்றும் புரதச்சத்தைக் கொடுக்கக்கூடிய உணவுகள் நோயாளிகளுக்கு அளிக்கப்பட வேண்டும். புரதத்தை உணவில் சேர்த்துக் கொள்வதில் கவனம் தேவை.

ஏனெனில் ஹெபாடிக் கோமா (Hepatic coma) என்பது கல்லீரலுக்கு ஏற்படும் மிகக் கடுமையான பாதிப்பு. வளர்சிதை மாற்றத்துக்கு உட்படாமல் அமோனியா போன்ற சில நச்சுப் பொருள்கள் உடலில் நுழைந்து, கல்லீரலைத் தாக்கும். இதனால் நரம்பு ரீதியாகப் பல பாதிப்புகள் ஏற்படும். அதன் உச்சபட்ச விளைவுதான் கோமா நிலை.

ஹெபாடிக் கோமாவால் பாதிக்கப்பட்டவர்களுக்கு உணவில் புரதத்தைக் குறைப்பதுதான் சிகிச்சையின் முதல் படி.

சிரோசிஸ் பாதிப்பு காரணமாக, அல்புமின் (Albumin) என்ற புரதம் குறைந்த அளவில் உற்பத்தி ஆவதால் புரதத்தின் தேவையும் அதிகரிக்கின்றது. கல்லீரலில் பழுதடைந்த அணுக்களை புதுப்பிக்கவும் புரதம் உணவில் தேவைப் படுகிறது.

சைவ உணவுகளின் மூலம் கிடைக்கும் வெலின்(Valine) என்ற அமினோ அமிலம் இந்நோய்க்கு சிறந்ததாகும். 20% வரை கொழுப்புச்சத்தை உணவில் சேர்த்துக் கொள்ள வேண்டும். தேங்காய் எண்ணெயை ஒரு தேக்கரண்டிஅளவு உபயோகிக் கலாம். கல்லீரலின் பாதிப்பால் வைட்டமின் சத்துகளிலும் தாதுப்பொருட்களிலும் குறைபாடு ஏற்படும். உணவில்

போதிய அளவு வைட்டமின்கள் கிடைக்கவில்லை எனில் மாத்திரைகள் மூலம் வைட்டமின்களை எடுத்துக் கொள்ளலாம்.

உணவு முறை

- குளுக்கோஸ் மற்றும் பல முக்கிய சத்துகளைச் சேமித்து வைக்கும் கல்லீரல் பழுதடைவதால் முறையான உணவை நோயாளிக்கு அளிப்பது மிக முக்கியம்.
- உப்பை 2 கிராமாகக் குறைத்துக் கொள்ள வேண்டும்.
- உணவு உடம்புக்குள் குளுக்கோஸாக மாற்றப்பட்டு ரத்தத்தில் உட்கொள்ளப்படுகிறது. உணவு உடம்பில் குளுக்கோஸாக மாறும் நேரத்தை கிளைசெமிக் இண்டக்ஸ் (glycaemic Index) என்றழைக்கிறார்கள்.

ஒவ்வொரு உணவுக்கும் இந்த கிளைசெமிக் இன்டக்ஸ் வேறுபடும். குளுக்கோஸாக மாற நீண்ட நேரம் எடுக்கும் உணவுகள், தாழ் கிளைசெமிக் இண்டக்ஸ் (low glycaemic index) உணவுகள் என்றும், குறுகிய நேரத்தில் குளுகோஸாக மாற்றப்படும் உணவுகள், உயர் கிளைசெமிக் இண்டக்ஸ் (high glycaemic index) உணவுகள் என்றும் அழைக்கப்படும். சிரோஸிஸ் நோயுள்ளவர்கள் தாழ் கிளைசெமிக் இண்டக்ஸ் உணவுகளையே உட்கொள்ள வேண்டும்.

கிளைசெமிக் இண்டக்ஸ் குறைவாக உள்ள உணவுகள்

அரிசி, கோதுமை, கேழ்வரகு, ரவை, மற்றும் பிற முழு தானியங்கள்.

மது அருந்தும் பழக்கத்தைக் கை விட்டு, நச்சுப்பொருள்கள் உள்ள உணவை எடுத்துக்கொள்ளாமல், நல்ல சத்தான உணவைச் சாப்பிட்டு வந்தாலே கல்லீரலை அபாயங் களிலிருந்து பாதுகாத்துக் கொள்ளலாம்.

7 உடல் பருமன்

வரவும் செலவும் சரியில்லை

உங்களுக்குத் தெரியுமா?

60 கிலோ எடையுள்ள ஒருவர், மிதமான வேகத்தில் தினமும் அரைமணிநேரம் நடப்பதால் எவ்வளவு கலோரி சக்தியைச் செலவிடுகிறார் தெரியுமா? 140-150 கலோரிகள்

---

*ப்*ரியா 17 வயது கல்லூரி மாணவி. காலையில் ஒரு கப் காபி இரண்டு பிஸ்கட்கள் . இதுதான் காலை உணவு. பதினோரு மணிக்கு காலேஜ் கேன்டீனில் ஒரு குளிர்பானம். மதிய நேரத்திலும் பிரமாதமாக ஒன்றும் சாப்பிடுவதில்லை. கைக்கு அடக்கமான டிபன் பாக்ஸிலுள்ள உணவை நான்கைந்து பேராகச் சேர்ந்து பகிர்ந்து உண்பார்கள்.

மாலை நேரத்தில் வீடு சென்றதும் பப்ஸ், சமோசா போன்ற நொறுக்குத் தீனிகள். இரவில் லைட்டாக எதையாவது கொறிப்பாள். அவ்வளவுதான்.

இது ப்ரியாவின் உணவு முறை மட்டும் அல்ல, இன்றைய பள்ளி- கல்லூரி மாணவர்களில் 90 சதவீதத்தினர் இப்படித் தான் சாப்பிடுகிறார்கள். இதனால் உடலுக்குப் போதிய சத்து கிடைக்காமல் எடைக்குறைவு பிரச்னையால் பாதிக்கப்படு கிறார்கள்.

இதற்கு எதிர்மாறான ஒரு உணவுப்பழக்கமும் இன்றைய தலைமுறையிடம் காணப்படுகிறது. பிட்ஸா, பர்கர் போன்ற உணவுகளை கண்ட நேரத்தில் சாப்பிடுவார்கள். எப்போதும் துரித உணவகங்களே கதியென்று கிடப்பார்கள்.

இத்தகைய உணவுப் பழக்கத்தால் உடலுக்குப் போதுமான கலோரியை விட அதிகமாக கலோரி சேர்ந்து விடுகிறது. அதிகப்படியான கலோரி செலவழியும்படியான உடல் செயல்பாடுகளும் இல்லாமல் போவதால் எடை கூடி உடல் பருமன் உண்டாகிறது.

இந்த இடத்தில் எனர்ஜி பேலன்ஸ் என்ற விஷயத்தைப் பற்றிச் சொல்ல வேண்டும். சத்தான உணவுகள் மூலமாக நமக்கு எவ்வளவு கலோரி சக்தி கிடைக்கிறதோ அதே அளவு சக்தி செலவழிக்கப்பட வேண்டும். இதைத்தான் எனர்ஜி பேலன்ஸ் என்கிறோம். இந்தச் சமநிலை இருந்தால்தான் உடலின் எடையும் சீரான அளவில் இருக்கும்.

ஆனால் எடுத்துக்கொள்ளும் சக்தியை விட குறைவான சக்தியையே நாம் செலவழித்தால் உடலின் எடை கூடி விடும். சிலர், உணவின் மூலமாகக் கிடைக்கும் சக்தியின் அளவை விட அதிகப்படியான சக்தி தேவைப்படும் வேலை யில் இருப்பார்கள். ஆனால் தேவைக்கேற்றபடியான சக்தி தொடர்ந்து கிடைக்காத நிலையில் உடலின் எடை குறையும்.

ஒவ்வொருவரும் அவரவரின் உயரத்துக்கு ஏற்ற எடையுடன் இருக்க வேண்டும். அந்த அளவிலிருந்து எடை குறைவதோ அல்லது அதிகமாவதோ உடலின் ஆரோக்கியத்துக்கு நல்லதல்ல. குறிப்பாக, உயர் ரத்த அழுத்தம், பெருந்தமனி இறுக்கம், மாரடைப்பு, நுரையீரல் தொடர்பான பிரச்னை கள், புற்றுநோய் என மரணத்தைச் சீக்கிரமே வரவழைக்கும் சிக்கலான நோய்களுக்கு உடல்பருமன் ஒரு முக்கியமான காரணியாக அமைகிறது.

எடைக்குறைவு ஏற்படுவதும் சந்தோஷப்படக்கூடிய விஷயம் அல்ல. ஆனால் உடல் பருமனுக்கு கொடுக்கப்படும் முக்கியத்துவம், இந்தப் பிரச்னைக்குக் கொடுக்கப்படு வதில்லை.

எடைக்குறைவு எப்படி ஏற்படுகிறது?

போதிய அளவு உணவு கிடைக்காதது, உணவு உண்பதில் அவ்வளவாக ஆர்வம் இல்லாதது, உணவைப்பற்றிய விழிப் புணர்வு இன்மை போன்றவைதான் எடைக்குறைவு பிரச்சனைக்கு முக்கிய காரணங்கள். உடலைக் கட்டுக் கோப்பாக வைத்துக் கொள்ளும் ஆர்வத்தில் வயிற்றைக் காயப்போடுவது விடலைப்பருவத்தினர் பலரிடமும் உள்ள ஒரு தீய பழக்கம்.

சிலர் தேவையான அளவு சாப்பிடுவார்கள். சாப்பிட்டவுடன் விரலை வாய்க்குள் விட்டு வாந்தி எடுப்பார்கள். இவ்வாறு செய்வதால் தான் அதிகம் சாப்பிட்டுவிட்டோம் என்ற குற்ற உணர்விலிருந்து விடுபடுகிறார்கள். இது மனரீதியான பாதிப்புகளை உண்டாக்கும். (இச்செய்கையை அநோ ரெக்ஸியா என்று அழைப்பர்).

சிலர் எடைக்குறைவு பிரச்னையிலிருந்து விடுபடுவதற்காக டானிக், மருந்து, மாத்திரகள் என்று கண்டதையும் சாப்பிடு வார்கள். அதுவும் நல்லதில்லை. சில நேரங்களில் வயிற்றில் இருக்கும் பூச்சிகள், அடிக்கடி வரும் தொற்று நோய்கள் ஆகியவற்றினாலும் எடைக்குறைவு ஏற்படலாம். எனவே, எடைக்குறைவுக்கான காரணங்களைக் கண்டறிந்து அதற் கேற்ற சிகிச்சையை எடுத்துக்கொள்ள வேண்டும்.

எடைக்குறைவை நீக்க மேற்கொள்ள வேண்டிய உணவு முறைகள்

மாவுச்சத்து, கொழுப்புச்சத்து, புரதச்சத்து இவை மூன்றை யுமே உணவில் அதிகமாகச் சேர்த்து கொள்ள வேண்டும். இவ்வாறு சேர்ப்பதால் தினசரி உணவின் மூலம் கிடைக்கும் சக்தியில் 500 கலோரியை அதிகப்படுத்தலாம்.

மாவுச்சத்து

சாதத்தின் அளவை அதிகரிக்க வேண்டும். மாவுச்சத்து நிறைந்த வேர்கள், கிழங்கு வகைகள் (உருளைக்கிழங்கு, பீட்ரூட், சக்கரவள்ளிக்கிழங்கு போன்றவை) ஆகியவற்றை அதிகமாக உணவில் சேர்த்துக் கொள்ள வேண்டும். தினமும் ஒரு வாழைப்பழத்தை எடுத்துக்கொள்ள வேண்டும்.

புரதச்சத்து

நல்ல தரமான புரத உணவுகளை உணவில் சேர்த்துக் கொள்ள வேண்டும். முட்டை, இறைச்சி, பால், மீன் போன்ற உணவு களை உட்கொள்ள வேண்டும்.

கொழுப்புச்சத்து

வெண்ணெய், நெய், பாலேடு ஆகியவற்றை மிதமாக உணவில் சேர்த்துக் கொள்ளலாம். ஆனால் எண்ணெயில் பொரிக்கப்பட்ட பண்டங்களை அதிகம் சேர்த்துக் கொள்ளக் கூடாது. அவ்வாறு எடுத்துக் கொண்டால் பசியின்மை ஏற்படும்.

உயிர்ச்சத்துகளும், தாதுப் பொருட்களும் தேவையான அளவு உடம்பில் சேர வேண்டுமெனில் பச்சைக் காய் கறிகளை உணவில் அதிகமாக சேர்த்துக் கொள்ள வேண் டும். இவற்றுடன் 2 லிட்டர் தண்ணீர் குடிப்பது மிக அத்தியாவசியமானது.

டீ, காபி போன்றவை பசியின்மையை அதிகரிப்பதால் அடிக்கடி அவற்றைக் குடிப்பதைத் தவிர்ப்பது நல்லது.

கலோரிச்சத்தை அதிகரிப்பது எப்படி?

ஒரு நாளைக்கு மூன்று முறையாக இல்லாமல் உணவை சிறிது சிறிதாகப் பிரித்து ஐந்து அல்லது ஆறு முறையாக உண்ண வேண்டும்.

காலை உணவுக்கும் மதிய உணவுக்கும் இடையே சூப், பழச்சாறுகள், சர்க்கரை சேர்க்கப்பட்ட தயிர் ஆகியவற்றை உட்கொள்ளலாம். சூப்புடன் முட்டை சேர்த்து உட் கொள்வ தால் எடை கூடும்.

மதிய உணவுடன் பருப்பு பாயசம், சர்க்கரைப் பொங்கல், பழ கஸ்டர்ட், கேசரி போன்ற ஏதேனும் ஒரு இனிப்பு வகையைச் சேர்த்துச் சாப்பிடலாம்.

காலை உணவுடன் பாதாம் கீர், அல்லது நான்கு பாதம் பருப்புகளை அரைத்து அந்த விழுதைப் பாலுடன் சேர்த்துப் பருகலாம். இரவில் படுக்கச் செல்வதற்கு முன் ஒரு கப்

எடை குறைவாக உள்ளவர்களுக்குப் பரிந்துரைக்கப்பட்ட உணவுகள்

தவிர்க்க வேண்டிய உணவுகள்	உணவில் சேர்த்துக் கொள்ள வேண்டிய உணவுகள்
குளிர்பானங்கள், செயற்கை பழச்சாறுகள், மது, காபி, டீ, வனஸ்பதி	வேர்க்கடலை, பாதாம், பிஸ்தா, மீன், முட்டை, மால்டட் பானங்கள், வேர்கள், கிழங்கு வகைகள், பாலேடு, வெண்ணெய், நெய்

பாலுடன் நான்கு பேரிச்சம் பழம், அல்லது வாழைப்பழம் எடுத்துக் கொள்வதால் தெம்பாகவும், ஆரோக்கியமாகவும் இருக்கும்.

உடல் பருமன்

எல்லோரும் 'ஐம்பது கிலோ தாஜ்மகாலாக' இருக்க வேண்டும் என்றுதான் ஆசைப்படுகிறார்கள். ஆனால் உடல் எடையை கட்டுக்கோப்பைக்குள் வைப்பது அவ்வளவு எளிதான விஷயம் அல்ல. நல்ல உணவுப்பழக்கங்களை குழந்தைப் பருவத்திலிருந்து மேற்கொள்வதன் மூலமாகவே உடல் எடையைச் சீராக வைத்திருக்க முடியும்.

உயரத்துக்கு ஏற்ற எடையை விட 10-லிருந்து 30 சதவீதம் அதிகமாக இருந்தால் அதைக் கூடுதல் எடை என்று கருத வேண்டும்.

சரியான எடையைக் கணக்கிடுதல்

உயரத்துக்கு ஏற்ற எடையைக் கணக்கிட ஒரு எளிமையான வழி இருக்கிறது. உயரத்தை சென்டிமீட்டரில் அளந்து கொள் ளுங்கள். எடையைக் கிலோகிராம் கணக்கில் அளந்து கொள்ளுங்கள். உங்கள் உயரத்திலிருந்து நூறைக் கழித்து, வரும் விடையை 0.9-ஆல் பெருக்கினால் கிடைக்கும் எண்தான் உங்களுக்கான சரியான எடை.

உதாரணமாக, உங்களது உயரம் 165 செ.மீட்டர் என்றும் எடை 70 கிலோ என்றும் வைத்துக் கொள்வோம்.

உங்களுக்கு இருக்க வேண்டிய எடை: 165-100×0.9=63

ஆக, உங்களின் உடல் எடை ஏழு கிலோ அதிகமாக இருக்கிறது.

இயல்பாக இருக்க வேண்டிய எடையை விட 25 சதவீதம் அதிகமாக இருந்தால் லேசான உடல்பருமன்; 50 சதவீதம் அதிகமாக இருந்தால் மிதமான உடல் பருமன்; 75 சதவீதம் அதிகமாக இருந்தால் அதிக உடல் பருமன்; 100 சதவீதம் அதிகமாக இருந்தால் அதிக உடல் பருமன். இந்த நிலையில் சிகிச்சையை உடனடியாக எடுத்துக்கொள்ள வேண்டும்.

உடல் பருமன் ஏற்படக் காரணங்கள்

துரித உணவுகளை அதிகம் உட்கொள்வதாலும், குறைந்த அளவில் உடற்பயிற்சி மேற்கொள்வதாலும் எடை கூடுகிறது.

குழந்தைகள் பள்ளிக்குச் சென்று வீட்டுக்குத் திரும்பியதும் கம்யூட்டர் முன்போ அல்லது தொலைக்காட்சி முன்போ அமர்ந்து விடுகிறார்கள். திறந்த வெளியில் ஓடிப்பிடித்து விளையாடுவதில் நாட்டமில்லாதவர்களாக உள்ளனர். இதனால் உணவின் மூலமாகக் கிடைக்கும் சக்தி செலவாகாமல் போக, எடை கூடுகிறது.

குழந்தைப் பருவத்தில் கூடும் எடை அபாயகரமானது என்பதை அனைவரும் உணர்ந்துகொள்ள வேண்டும். சிறிய வயதிலேயே மிக மோசமான நோய்களால் குழந்தைகள் தாக்கப்பட உடல்பருமன் வழி வகுத்துவிடும்.

பதப்படுத்தப்பட்ட உணவுகளையும், பழச்சாறுகளையும் அதிகமாக எடுத்துக் கொள்வதாலும், அடிக்கடி நொறுக்குத் தீனிகளை உண்பதாலும் எடை கூடும்.

மேலே சொன்ன காரணங்கள் தவிர, சில வளர்சிதை மாற்றக் கோளாறுகளாலும், லெப்டின் என்ற பசி தூண்டும் ஹார்மோனின் கோளாறினாலும், தைராய்டு சுரப்பிகள் சரிவர இயங்காமல் இருந்தாலும் உடல் பருமன் ஏற்படலாம்.

எடை கூடுவதற்கு வெறும் கொழுப்புச் சத்துதான் காரணம் என்று சொல்ல முடியாது. தேவைக்கு அதிகமான மாவுச்சத்து நிறைந்த உணவுகளை எடுத்துக் கொள்வதாலும் எடை கூடும். மாவுச்சத்து வளர்சிதை மாற்றத்துக்குப் பிறகு குளுக்கோஸாக மாற்றப்படுகிறது. உடம்பின் தேவைகள் போக அதிகமாக மிஞ்சியிருக்கும் குளுக்கோஸ் கொழுப்பாக மாற்றப்பட்டு தோலுக்கு அடியில் அடிபோஸ் திசுக்களில் சேமிக்கப் படுகிறது. அதனாலும் உடல் பருமன் உண்டாகலாம்.

உடல்பருமனுக்கான சிகிச்சை

சிறந்த உணவுப்பழக்கங்கள், உடற்பயிற்சி ஆகியவற்றால் எடை அதிகரிப்பதைத் தடுக்கலாம். அதிக உடல் எடை ஒரு நோயல்ல. ஆனால் பல நோய்களுக்கு அது அடிப்படையாக அமைகிறது.

உணவுமுறை

துரித உணவுகளிலும், பதப்படுத்தப்பட்ட உணவுகளிலும் கலோரிச் சத்தும், கொழுப்புச்சத்து அதிகம் இருப்பதால் அவற்றைத் தவிர்க்க வேண்டும்.

தொலைபேசியில் பேசிக்கொண்டோ, தொலைக் காட்சியை பார்த்துக் கொண்டோ, செய்தித்தாளை படித்துக் கொண்டோ சாப்பிட்டால் நாம் உண்ணும் அளவைக் கணக்கிட இயலாது.

சமைத்த உணவு வீணாகிறதே என்று நினைத்து, மிஞ்சிய உணவை சிலர் உண்டு தீர்ப்பார்கள். அது தவறான வழக்கம். வயிற்றை குப்பைத் தொட்டியைப் போன்று மாற்ற வேண்டாம்.

உப்பைக் குறைவாக சேர்த்துக் கொள்வது நல்லது. இரவு நேர உணவை ஏழு அல்லது எட்டு மணிக்குள் முடித்துக் கொள்ளுங்கள். உணவை நிதானமாக மென்று முழுங்க வேண்டும். 2 லிட்டர் தண்ணீரையாவது குடிக்க வேண்டும்.

எடை குறைப்பதற்காக பத்திய உணவைப் பின்பற்றும்போது பசி உணர்வு அதிகமாகலாம். இதனைக் கட்டுப்படுத்த இடை இடையே நிறைய தண்ணீர், மோர், காய்கறி சாலட்,

தவிர்க்க வேண்டிய உணவுகள்	பரிந்துரைக்கப்பட்ட அளவில் சேர்த்துக் கொள்ளக் கூடிய உணவுகள்	சிறிது அதிகமாக சேர்த்துக்கொள்ள வேண்டிய உணவுகள்
சர்க்கரை, வெல்லம், சாக்லெட் மாட்டிறைச்சி, பன்றிறைச்சி, ஈரல், நுரை யீரல், மூளை, இறால் பிஸ்கட், கேக், ஐஸ்க்ரீம், குளிர் பானங்கள், மது இனிப்பு வகைகள், நெய் வெண்ணெய், வனஸ்பதி கொட்டை வகைகள்	அரிசி, கோதுமை, கேழ்வரகு, கம்பு, சோளம் மீன், உருளைக் கிழங்கு, கேரட், பீட்ரூட், கருணைக் கிழங்கு துவரம் பருப்பு, கடலை பருப்பு, பயித்தம் பருப்பு ஏடு நீக்கப்பட்ட பால் பழங்கள் அனைத்தும்	கீரை வகைகள், முட்டை கோஸ், காலிபிளவர், பிராக்கோலி (தோற்றத்தில் காலிபிளவர் போன்று இருக்கும்) காளான், காய்கறிச் சாறு மோர், காய்கறி சூப்

முளைகட்டிய பயறு வகைகள் ஆகியவற்றை எடுத்துக் கொள்ளலாம்.

ஒரு நாளைக்கு ஒரு முறை கேரட்சாறு, பூசணிச்சாறு அல்லது காய்கறி சூப்பைக் குடிப்பது நல்லது.

குழந்தைகளுக்கு ஏற்படும் உடற்பருமனைத் தவிர்க்கும் பொறுப்பு அவர்களின் பெற்றோர்களிடம்தான் இருக்கிறது. சிறிய வயதில் இருந்தே நல்ல உணவுப்பழக்கத்தை குழந்தை களிடத்தில் ஏற்படுத்த வேண்டும். இதற்கு பெற்றோர்களும் முன்மாதிரியாக இருக்க வேண்டும்.

'பிட்ஸா, பர்கரையெல்லாம் அதிகமாகச் சாப்பிடக்கூடாது' என்று குழந்தைக்கு அட்வைஸ் செய்து விட்டு, பெற்றோர்கள் பிட்ஸாவை ரகசியமாக விழுங்கிக் கொண்டிருக்கக்கூடாது. குழந்தைக்கு எத்தகைய உணவுப்பழக்கத்தை வலியுறுத்து கிறார்களோ அதையே அவர்களும் பின்பற்றவேண்டும்.

- நல்ல ஊட்டச்சத்து மிகுந்த உணவுகளை குழந்தை களுக்குப் பழக்கப்படுத்த வேண்டும். அவற்றை குழந்தை கள் விரும்பும் வகையில் சுவையாகச் செய்து தர வேண்டும்.

- குழந்தைகளுக்கு தரும் உணவின் அளவிலும் கவனம் தேவை. குழந்தை நன்கு வளர வேண்டும் என்பதற்காக தேவைக்கு அதிகமான உணவைத் திணிப்பதே பெரும் பாலான பெற்றோர்களின் வேலையாக இருக்கிறது. இது மிகவும் தவறு என்பதை பெற்றோர்கள் உணரவேண்டும்.

- சிப்ஸ், பிஸ்கட், பிட்ஸா, சமோசா, குளிர்பானங்கள், சாக்லெட் போன்றவற்றை குழந்தைகள் அடிக்கடி சாப்பிடுவதை அனுமதிக்கக்கூடாது. இவையெல்லாம் உடல் பருமனை எக்ஸ்பிரஸ் வேகத்தில் ஏற்றி விடக் கூடிய பொருள்கள்.

- தொலைக்காட்சியைப் பார்த்துக் கொண்டிருக்கும் குழந்தைகளுக்கு உணவு ஊட்டுவதும் தவறான பழக்கம் தான். தொலைக்காட்சியின் மீதான கவனத்தால் அளவுக்கு அதிகமாக சாப்பிடுவதற்கு வாய்ப்பிருக்கிறது.

- பள்ளியிலுள்ள கேன்டீன்களிலும், வெளியிடங்களிலும் குழந்தைகள் என்ன உணவு உண்கிறார்கள், அந்த உணவகங்கள் எத்தகைய சுற்றுச்சூழலில் அமைந்திருக் கின்றன என்பதையெல்லாம் கவனமாகப் பாருங்கள்.

  சுகாதாரமற்ற இடத்தில் தயாரிக்கப்படும் உணவைச் சாப்பிடுவதன் மூலம், உடற்பருமன் மட்டுமின்றி வேறு பல உடல் பிரச்னைகளால் குழந்தைகள் பாதிக்கப்பட வாய்ப்புண்டு.

- குழந்தைகளின் உணவுப்பழக்கம் ஒரு நாளைக்கு மூன்று வேளை என்ற அளவில் அமையாது. அவ்வப்போது பசி எடுத்து சிறிது சிறிதாகப் பலமுறை சாப்பிடுவார்கள்.

அவ்வாறு அவர்களுக்குப் பசியுணர்வு ஏற்படும் நேரத்தில், கண்டதையும் கொடுக்காதீர்கள்.

காய்கறி சாலட், பொரி, சுண்டல், பழம் ஆகியவற்றைக் கொடுத்துப் பழக்கப்படுத்துங்கள்.

● பொதுவாகவே, இன்றைய தலைமுறையினர் உடற் பயிற்சியில் அதிகமாக ஈடுபடுவதில்லை. உடலை வருத்தி விளையாடுவதும் இல்லை. இதனால் அவர் களுக்குக் கிடைக்கும் கொழுப்புச்சத்து, மாவுச்சத்து போன்றவை எரிபொருளாக மாற்றப்படாமல் உடலில் சேர்ந்து விடுகின்றன. இதன் விளைவாக உடல் பருமனும் அதிகரித்துவிடுகிறது.

தினமும் குறிப்பிட்ட நேரத்தை குழந்தைகள் விளை யாட்டுக்காக செலவு செய்ய உற்சாகப்படுத்த வேண்டும். உடற்பயிற்சி செய்யும் பழக்கமும் ஏற்படுத்தப்பட வேண்டும்.

நல்ல உணவுப்பழக்கத்தையும், உடற்பயிற்சியையும் குழந்தைகளுக்குக் கற்றுத் தருவதன் மூலமாகவே அவர்களை உடற்பருமனிலிருந்து காப்பாற்ற முடியும்.

எடை குறைக்க நினைக்கும் 20-25 வயது பெண்ணுக்கான மாதிரி உணவு (1500 கலோரி கொடுக்கும் உணவு முறை இது)

எழுந்தவுடன்	*1 கப் டீ / காபி (சர்க்கரை சேர்க்காமல்)*
காலை உணவு	*கோதுமையிலான ரொட்டி - 2 துண்டு (அ) இட்லி - 2 (அ)*
	சத்துமாவுக் கஞ்சி - 1 கப் (அ)
	சப்பாத்தி - 1 (அ)
	முட்டை ஆம்லெட் (வெள்ளைக்கரு மட்டுமே உபயோகிக்கப்பட்டது)
	இத்துடன் ஒரு கப் மோர்
மதிய உணவு	*தெளிந்த சூப்*
	காய்கறி சாலட்
	சாதம் - 1 கப்

	பருப்பு - 1/2 கப்
	காய்கறி - 1 கப்
	மோர்
	சிறிய பழம்
மாலை	முளை கட்டிய பயறு - 1/2 கப்
	டீ, காபி (சர்க்கரை சேர்க்காமல்) - 1 கப்
இரவு உணவு	சப்பாத்தி - 3 (அ)
	சாதம் - 1 கப்
	மீன் - 2 துண்டு
	பருப்பு - 1/2 கப்
	காய்கறி கூட்டு - 1/2 கப்

சமையல் எண்ணெயை 15 கி என்ற அளவில் மட்டுமே
உபயோகிக்க வேண்டும்.

8 அல்சர்
மசாலாவுக்குத் தடா

உங்களுக்குத் தெரியுமா?

நமது வயிறு கிட்டத்தட்ட இரண்டு லிட்டர் அளவுள்ள உணவுப்பொருள்களை ஒரே நேரத்தில் வைத்திருக்கக் கூடிய திறன் படைத்தது.

மணி காலை எட்டு. எல்லோரும் வேலைக்கும், பள்ளிக் கும், கல்லூரிக்கும் பரபரப்பாகக் கிளம்புகிற நேரத்தில் தான் முருகன் அலுவலகத்திலிருந்து வீடு திரும்புவான். பி.பி.ஓ நிறுவனம் ஒன்றில் டீம் மானேஜராக அவன் பணி புரிகிறான்.

கடந்த பல மாத காலமாக அவனுக்கு இரவுப்பணிதான். பணி முடிந்து வீட்டுக்குச் சென்றதும் நேரே படுக்கையில்தான் போய் விழுவான். மதியம் 2 மணிக்கு எழுந்திருப்பான். குளித்துச் சாப்பிட்டு விட்டு மறுபடி ஐந்து மணிக்கு அலு வலகம் கிளம்பி விடுவான். இரவு நேர உணவு அலுவலக கேன்டீனில் தான். உறங்காமல் இருப்பதற்காக இடை யிடையே காபி, டீ என குடித்துக்கொண்டே இருப்பான்.

சரியான நேரத்துக்குச் சாப்பிடாதது, தூக்கமின்மை, காபி, டீயை அதிகமாகக் குடிப்பது, கலோரித் தேவைகளையும்

ஊட்டச்சத்துத் தேவைகளையும் பூர்த்தி செய்யாத உணவை எடுத்துக்கொள்வது போன்ற முறையற்ற உணவுப் பழக்கத் தால் முருகனுக்குக் கிடைத்த பலன் என்ன தெரியுமா? அல்சர் (ulcer). அதாவது குடற்புண்.

முருகனாவது பணிச்சூழல் காரணமாக அல்சர் தாக்குதலுக்கு ஆளானான். ஆனால் நம் நாட்டிலுள்ள பலரும், உணவு மீதான அலட்சியத்தாலும், உணவுக்கும் உடல் ஆரோக்கியத் துக்குமான தொடர்பு பற்றிய விழிப்புணர்வு இல்லாமலும் தான் குடற்புண் தாக்குதலுக்கு ஆளாகிறார்கள்.

மனித உடலின் ஜீரணமண்டலத்தில், வயிறுக்கும், சிறுகுடல் மற்றும் பெருங்குடலுக்கும் மிக முக்கியமான பொறுப்பு உண்டு. இந்தப் பகுதிகளில் ஏதாவது பாதிப்பு ஏற்பட்டால், உடல் முழுக்கவும் அதன் விளைவுகள் பிரதிபலிக்கின்றன. முறையற்ற உணவுப்பழக்கமே இப்பகுதிகளில் ஏற்படும் பெரும்பாலான பாதிப்புகளுக்குக் காரணமாக இருப்பதால், சரியான சமச்சீர் உணவின் மூலமாகவே அவற்றைச் சரி செய்ய முடியும். அதாவது பிரச்னைக்கு உணவே காரணம் என்பதால் அதுவே சிகிச்சைக்கான மருந்து.

குடற்புண்ணுக்கான சிகிச்சை உணவு பற்றித் தெரிந்து கொள்ளும் முன்னர், அந்தப் பிரச்னை தொடர்பான சில தகவல்களைப் பார்த்து விடலாம்.

நாம் உண்ணும் உணவைச் செரிப்பதற்கு, இரைப்பையில் ஹைட்ரோகுளோரிக் அமிலம் என்கிற திரவம் சுரக்கிறது. இரைப்பையின் உட்பாகத்தில் சளி போன்ற சவ்வுத்தசை உண்டு. இரைப்பையில் உணவு இல்லாத நிலையில் ஜீரணத்துக்கான அமிலம் சுரந்தாலோ அல்லது தேவைக்கு அதிகமாகச் சுரந்தாலோ இந்த சவ்வுத்தசை அரிக்கப்பட்டு புண்கள் உண்டாகும். இதைத்தான் குடற்புண் என்று கூறு கிறோம். இப்புண் இரைப்பையில் ஏற்பட்டால் இரைப்பைப் புண் என்றும், குடலில் ஏற்பட்டால் குடற்புண் என்றும் அழைக்கப்படுகிறது.

20ல் இருந்து 55 வயதுக்குட்பட்டவர்களைத்தான் இப் பிரச்னை அதிகமாகத் தாக்குகிறது. ஆனால் இன்றைக்கு சிறுவர்களையும் குடற்புண் பிரச்னை பாதிக்கத் துவங்கி

இருக்கிறது. குடற்புண்ணால் பெண்களை விட ஆண்களே அதிகமாகப் பாதிக்கப்படுகிறார்கள்.

குடற்புண் ஏற்படக் காரணங்கள்

மரபணுக்களின் காரணமாக குடற்புண் ஏற்படலாம். சில ருக்கு இயற்கையாகவே தேவைக்கு அதிகமாக ஹைட்ரோ குளோரிக் அமிலம் சுரக்கும். எனவே, இவர்கள் உணவு சாப்பிட்ட பின்பு அமிலம் அதிகமாகச் சுரந்து சளி சவ்வுத்தசையை அரித்து குடற்புண்ணை உருவாக்கிவிடும்..

ஹெலிகோபாக்டர் பைலோரை (Helicobacter pylori) என்ற நுண்கிருமியின் தாக்குதலாலும் இந்த நோய் வரக்கூடும்.

'O' பிரிவு ரத்த வகை உள்ளவர்களுக்கு குடற்புண் ஏற்படுவதற்கான வாய்ப்பு அதிகம் உள்ளது.

மன அழற்சி, வேலைப்பளு, இதனால் ஏற்படும் களைப்பு ஆகியவற்றாலும் குடற்புண் ஏற்படலாம். மனத்துக்கும், குடலுக்கும் என்ன தொடர்பு என்று நீங்கள் யோசிக்கலாம். மன உளைச்சல் அதிகம் இருந்தால் குடலில் அமிலம் அதிகமாகச் சுரக்கும். அமிலம் அதிகமாகச் சுரப்பதுதான் இப்பிரச்னைக்கு காரணம் என்பது உங்களுக்குத் தெரியுமே.

காபி, டீ ஆகியவற்றில் காணப்படும் காஃபின் (caffeine) என்கிற பொருள், ஆஸ்பிரின் போன்ற மாத்திரைகள், புகையிலை உபயோகிப்பது போன்றவற்றாலும் குடற்புண் ஏற்படும். அதிகமாக மது அருந்துவதும் ஒரு முக்கியமான காரணம்.

சிலர் சரியான நேரத்தில் சாப்பிடாமல்,தள்ளிப் போடுவார்கள். இதனால் உணவு எதுவும் இல்லாத நிலையில் அமிலம் சுரந்து, குடற்புண்ணை ஏற்படுத்தி விடும்.

மிளகாய் வற்றல், பச்சை மிளகாய், மசாலாப்பொருள்கள், இஞ்சி, பூண்டு, புளி, மிளகு ஆகியவற்றால் குடல் புண் வரலாம். சில அறிவியல் பூர்வமான ஆராய்ச்சிகள், காரம் நிறைய எடுத்துக் கொள்வதால் குடற்புண் ஏற்படாது என்றும் ஏற்கெனவே குடற்புண் உள்ளவர்கள் காரத்தை அதிகமாகச் சேர்த்துக் கொள்ளும் பட்சத்தில் பாதிப்பின் தீவிரம் அதிகரிக்கும் என்றும் கூறுகிறது.

குடற்புண் நோயின் அறிகுறிகள்

உணவு எடுத்துக்கொண்ட பின் 2 மணி நேரம் கழித்து நெஞ்செரிச்சலும், வயிற்றுக்கு மேற்புறத்தில் நீங்காத வலியும் ஏற்படும். பிரச்னையை உணர்ந்தவுடன் ஏதேனும் சாப்பிட்டால் வலி குறையும். அமிலங்கள் நரம்புகளின் மீது படுவதால் வலி அதிகரிக்கும். இந்த வலி ஊசியால் குத்துவது போன்று இருக்கும்.

சில நேரங்களில் முன் அறிகுறி ஏதும் இல்லாமல் திடீரென குருதி கலந்த வாந்தி வரும். சிலருக்கு எடைக்குறைவு ஏற்படும். ரத்தச்சோகையும் உண்டாகும். வலி சிலருக்குக் குறைவாகவும், சிலருக்கு அதிகமாகவும் இருக்கும்.

குடற்புண்ணுக்கு உணவு தரும் சிகிச்சை

குடற்புண்ணால் பாதிக்கப்பட்டவர்களுக்கு அவரவர் சகிப்புத் தன்மைக்கு ஏற்றவாறு சிகிச்சை அளிக்க வேண்டும். குடலிலுள்ள புண் ஆறுவதற்கும், வலியிலிருந்து விடுபடவும், அறுவைச் சிகிச்சையைத் தவிர்க்கும் வகையிலும் உணவைத் திட்டமிட வேண்டும்.

தீவிர வலி இருக்கும் பொழுது பால் அல்லது பிற திரவ உணவுகளை சிறிது சிறிதாக 2 மணி நேரத்துக்கு ஒரு முறை அளிக்க வேண்டும். இவற்றின் மூலமாக அமிலத்தின் அரிப்புத்தன்மை குறையும்.

குறிப்பாக பால், வலியைக் குறைப்பதில் பெருமளவு உதவும். வலி குறையக் குறைய எளிதாக ஜீரணமாகக் கூடிய மென்மையான உணவுகளை அளிக்கலாம். பிளாண்ட் உணவு தருவதும் ஏற்புடையதே.

பிளாண்ட் உணவை நோயாளிக்கு அளிக்கும் பொழுது மூன்று முக்கியமான விஷயங்களில் கவனமாக இருக்க வேண்டும்.

பிளாண்ட் உணவாக இருந்தாலும் சமச்சீர் உணவாக இருக்க வேண்டும். சிறிய அளவில் பல முறை உணவை அளிக்க வேண்டும். நிதானமாக மென்று உணவை உட்கொள்ள வேண்டும். உணவுக்குப் பிறகு சிறிது நேரம் ஓய்வு எடுத்துக் கொள்ள வேண்டும்.

உணவில் சேர்த்துக் கொள்ளக்கூடியவை

பால், பாலேடு, வெண்ணெய், பால் கட்டி (வீட்டில் தயாரித்தது), இட்லி, இடியாப்பம், அவல், சாதம், ரவை உப்புமா, சேமியா பாயாசம்.

காய்கறிகளை நன்கு சமைத்து, மசித்து உண்ண வேண்டும். காய்கறிகளின் தோலை நீக்கி சமைக்க வேண்டும். பயறு வகைகளை முளைகட்டிய பிறகு வேகவைக்க வேண்டும்.

உணவில் ஒதுக்க வேண்டியவை

மது அருந்தக்கூடாது. காபி, டீ, கோலா பானங்கள், ஊறுகாய், வறுக்கப்பட்ட தின்பண்டங்கள், இனிப்பு வகைகள், நன்கு பழுக்காத பழங்கள், காய்கறி சாலட்கள் ஆகியவற்றை உணவில் தவிர்க்க வேண்டும்.

ரசாயன ரீதியாகவும், (அதிக வெப்பம் அல்லது அதிகக் குளுமை) வெப்பநிலை ரீதியாகவும் குடலில் அரிப்பு ஏற்படுத்தும் உணவுகளைத் தவிர்க்க வேண்டும்.

ரசாயன ரீதியாக அரிப்பு ஏற்படுத்தும் உணவுகள்: மசாலா பொருட்கள், டீ, காபி, எலுமிச்சம் பழச்சாறு, புளி, மது, புகையிலை, கோலா குளிர்பானங்கள்.

நார்ச்சத்து அதிகமுள்ள பழவகைகள், காய்கறிகள் போன்ற வற்றையும் தவிர்க்க வேண்டும். அதிக அளவு உணவை ஒரே சமயத்தில் எடுத்துக் கொள்வதும் நல்லதல்ல.

மிகச் சூடான நிலையில் டீ, காபி, சூப் போன்ற பானங்களை அருந்தக்கூடாது. ஜில்லென்று ஐஸ்கிரீம் சாப்பிடுவதற்கும் தடா போட்டுவிட வேண்டும். ஃபிரிட்ஜிலிருந்து தண்ணீ ரையோ, பழச்சாறையோ எடுத்துக்குடிப்பதையும் தவிர்க்க வேண்டும்.

எப்பொழுதும் இரண்டு பிஸ்கட் அல்லது ரொட்டித்துண்டு களை கையில் வைத்துக்கொள்ள வேண்டும். வலி அதிகமா வதற்கு முன்னரே இவற்றை உண்ண வேண்டும். நேரம் தாழ்த் தாமல், தள்ளிப்போடாமல் உணவை சரியான நேரத்தில் சாப்பிடவேண்டும்.

குடற்புண் பிரச்னைக்கான மாதிரி உணவு

காலை 6 மணி	பால்
காலை 8 மணி	இட்லி/இடியாப்பம் - 3-4
	பொங்கல் (தாளிக்காமல்) - 1 1/2 கப்
காலை 11 மணி	வாழைப்பழம் - 1 (அ)
	பால் - 1 கப்
	பாலும் முட்டையும் சேர்த்து கஸ்டர்ட் போன்ற இனிப்பு
மதியம் 1 மணி	சாதம் (நன்கு மசித்த அல்லது மிருதுவான)
	பருப்பு
	காய்கறி சூப்
	உருளைக் கிழங்கு மசித்தது
	தயிர்
	வேகவைத்த ஆப்பிள்
மாலை 4 மணி	வெண்ணெய் தடவிய ரொட்டி
	பால் - 1 கப்
இரவு 7 மணி	சாதம்/இட்லி/இடியாப்பம்
	காய்கறி - 3-4
	சாம்பார் - 1 கப்
	தயிர் - 1 கப்
படுக்கும் முன்	பால்

குடற்புண் வந்துவிட்டால் மேலே சொல்லப்பட்டுள்ள வழிமுறைகளைப் பின்பற்றலாம். குடற்புண்ணே வராமல் இருக்க என்ன செய்ய வேண்டும்? HURRY (அவசரம்), CURRY (அதிகக் காரம் உள்ள உணவு), WORRY (கவலை) ஆகிய மூன்று விஷயங்களைத் தவிர்த்தாலே போதும்.

மலச்சிக்கல்

இரைப்பை மற்றும் குடல் தொடர்பான பிரச்னைகளில் மலச் சிக்கலைப் பற்றியும் முக்கியமாகக் குறிப்பிட வேண்டும். ஏனெனில் மலச்சிக்கல் இல்லாத மனிதர்களே இல்லை என்று சொல்கிற அளவுக்கு அனைத்துத் தரப்பினரையும் பாதித் திருக்கிறது இந்தப் பிரச்னை. அவற்றின் தீவிரம் மட்டுமே ஒவ்வொருவருக்கும் வேறுபடுகிறது.

மலத்தை வெளியேற்றுவதில் உள்ள சிரமங்களைத்தான் பொதுவாக மலச்சிக்கல் என்கிறோம். சிலருக்கு மலம் மிகவும் இறுக்கமாகி விடும். அதனால் அதை எளிதாக வெளியேற்ற முடியாது. மிகுந்த சிரமத்துக்கு இடையில்தான் அவர்களால் மலம் கழிக்க முடியும். அப்படிக் கழிக்கையில் கடுமையான வலியும் இருக்கும்.

சிலரால் தினமும் குறிப்பிட்ட நேரத்தில் மலம் கழிக்க முடி யாது. மூன்று அல்லது நான்கு நாள்களுக்கு ஒரு முறைதான் மலம் கழிப்பார்கள். மலம் கடினமாகி விடுவதால், ஆசன வாயில் அது கீறலை ஏற்படுத்தலாம். அதனால் சிலருக்கு மலத்துடன் ரத்தமும் வரக்கூடும். வயிறு உப்புசமாக இருப்பது, தலைவலி, மூச்சில் துர்நாற்றம், பசியின்மை போன்ற அறிகுறிகளும் மலச்சிக்கலால் பாதிக்கப்பட்டவர் களிடத்தில் காணப்படும்.

மலச்சிக்கலின் வகைகள்

குடலின் அசைவுத்தன்மை குறைபாட்டினால் வருவது, குடல் திசுக்கள் அதிகமாக அரிக்கப்பட்டு விடுவதால் வருவது என மலச்சிக்கலில் இரு வகைகள் உண்டு.

மலம் எந்தப் பிரச்னையுமின்றி வெளியேற வேண்டுமெனில் குடலிலுள்ள திசுக்கள் வலிமையாக இருக்க வேண்டும். ஏதோ ஒரு காரணத்தால் இந்தத் திசுக்கள் வலிமை இழக்கும் போது குடலின் அசைவுத்தன்மை பாதிக்கப்படுகிறது. இதன் விளைவாக, குடலிலுள்ள உணவு வேகமாகத் தள்ளப் படாமல் ஒரே இடத்தில் தங்கி விடுகிறது. இதனால்தான் மலம் கழிப்பதில் சிரமம் ஏற்படுகிறது.

நாம் சாப்பிடும் உணவில் நார்ச்சத்து குறைவாக இருப்ப தாலும், போதிய அளவு திரவங்கள் எடுத்துக் கொள்ளப்

படாமல் இருப்பதாலும் இத்தகைய மலச்சிக்கல் ஏற்படு
கிறது. நார்ச்சத்து குறைவினால் உருவாகும் மலச்சிக்கலால்
வயிற்றின் வலது பாகத்தில் வலி ஏற்படும். மலம் கழித்ததும்
இந்த வலி அகலும்.

காபி, டீ போன்ற பானங்களை அதிகமாகக் குடிப்பவர்களின்
குடல் திசுக்கள் அரிக்கப்படலாம். அதிகமாக பேதி மருந்து
களை எடுத்துக் கொள்வதாலும், மசாலாப் பொருள்களை
அதிகமாக உணவில் சேர்த்துக்கொள்வதாலும் குடல்திசுக்
களின் அரிப்பு ஏற்படக்கூடும்.

மலச்சிக்கலுக்கான பொதுவான காரணங்கள்

● போதுமான அளவு உணவு எடுத்துக்கொள்ளாமல்
இருப்பது.

● தூக்கமின்மை மற்றும் போதிய ஓய்வு எடுத்துக்
கொள்ளாதது.

● தினமும் குறிப்பிட்ட நேரத்தில் உணவு உட்கொள்ளும்
பழக்கமும், மலம் கழிக்கும் பழக்கமும் இல்லாமல்
இருப்பது.

● உணவில் போதுமான அளவு நார்ச்சத்தையும், திரவங்
களையும் சேர்த்துக்கொள்ளாமல் இருப்பது.

● பதப்படுத்தப்பட்ட உணவுகளையே அதிகமாகச்
சாப்பிடுவது.

● ஆசனவாயில் ஏற்படும் பிளவின் காரணமாக மலம்
கழிக்கும்போது அதிக வலி இருக்கும். அதனால் மலம்
கழிப்பது தொடர்பாக உளவியல் ரீதியாக வெறுப்பும்,
பயமும் ஏற்படுவது.

● மலத்தை இறுக்கக்கூடிய மருந்துகளை அதிகமாக
எடுத்துக்கொள்வது.

● சுற்றுப்புறச்சூழலில் ஏற்படும் மாற்றங்கள்.

குழந்தைகளுக்கு மலச்சிக்கல் ஏற்படுவதற்கு, பல காரணங்
கள் இருந்தாலும் முக்கியமாகச் சொல்லப்பட வேண்டியது,
பெற்றோர்களின் தவறான அணுகுமுறையைப் பற்றித்
தான்.

மலம் கழிக்கும் பழக்கத்தை பெற்றோர்கள் குழந்தையிடத்தில் எப்படி உருவாக்குகிறார்கள் என்பதைப் பொறுத்துத்தான் அதன் ஆரோக்கியம் அமையும்.

பொதுவாகவே பெற்றோர்கள் தங்களின் குழந்தையை வற்புறுத்தி மலம் கழிக்க வைக்கிறார்கள். 'எனக்கு டாய்லெட் வரலைம்மா' என்று குழந்தை சொன்னாலும் அவர்கள் விடுவதில்லை. 'உட்கார்ந்தா வரும்' என்று வலுக்கட்டாயமாக டாய்லெட்டில் அமர வைக்கிறார்கள்.

'சீக்கிரம் போ' என்று குழந்தைகளை அவசரப்படுத்துபவர்களும் உண்டு.

இது போன்ற வற்புறுத்தல்களால் குழந்தைகளுக்கு மலம் கழிப்பது என்றாலே ஒரு வித வெறுப்புணர்வு உருவாகிவிடும். அது நாளைடைவில் மனஅழற்சியாகவும் மாறிவிடும். இந்த மனஅழற்சியின் காரணமாகத்தான் குழந்தைகளுக்கு மலச்சிக்கல் ஏற்படுகிறது.

இந்த மன அழற்சியை நீக்கினாலே மலச்சிக்கல் பிரச்னையும் தீர்ந்துவிடும். தண்ணீரை அதிகமாகக் குடிக்கும்படியும், நன்கு விளையாடும்படியும் குழந்தைகளை உற்சாகப்படுத்த வேண்டும்.

வற்புறுத்தலோ, வலுக்கட்டாயமோ இல்லாமல் இயல்பாக மலம் கழிக்கும் பழக்கத்தை ஏற்படுத்தினாலே போதும். குழந்தைகளுக்கு மலச்சிக்கல் பிரச்னை உண்டாகாமல் தடுத்து விடலாம்.

மலச்சிக்கலைத் தவிர்ப்பதற்கான உணவுமுறைகள்

தண்ணீரும், நார்ச்சத்தும்தான் மலச்சிக்கலைப் போக்கக்கூடிய அருமையான உணவுச்சத்துகள்.

காலையில் எழுந்தவுடன் வெறும் வயிற்றில் ஒரு டம்ளர் வெந்நீரில் எலுமிச்சம் பழச்சாற்றைச் சேர்த்து குடிக்க வேண்டும். அப்படிக் குடித்து வந்தால் மலச்சிக்கல் ஏற்படாமல் தவிர்க்கலாம். எலுமிச்சம் பழச்சாற்றைச் சேர்த்துக்கொள்ள விரும்பாதவர்கள், ஒரு தேக்கரண்டி தேனை தண்ணீருடன் கலந்து குடிக்கலாம்.

தினமும் குறைந்த பட்சம் 8-10 டம்ளர் தண்ணீர் குடிக்க வேண்டும். தண்ணீர் அதிகமாக உள்ளே சென்றால்தான் எந்தச் சிரமமும் இன்றி மலம் கழிக்க எளிதாக இருக்கும்.

உணவில் நார்ச்சத்தை அதிகரிக்க, கைக்குத்தல் அரிசியை அதிகமாக சேர்த்துக்கொள்ள வேண்டும். கைக்குத்தல் அரிசி கிடைக்கவில்லையெனில் காலை உணவுடன் ஒரு தேக் கரண்டி தவிட்டை (Bran) எடுத்துக்கொள்ளலாம்.

நார்ச்சத்து அதிகமுள்ள பழவகைகள், காய்கறிகள்

ஆரஞ்சு, சப்போட்டா, மாம்பழம், பைன் ஆப்பிள், சீதாப் பழம், கொய்யாப்பழம் போன்ற பழங்களை, தினம் ஒரு பழம் என்ற வகையில் சேர்த்துக்கொள்ள வேண்டும்.

கேரட், கோஸ், காலி பிளவர், வாழைத்தண்டு, பிரோக்கலி, முருங்கைக்கீரை, அவரைக்காய், பீன்ஸ், காராமணி ஆகிய காய்கறிகளை அதிகம் சேர்த்துக்கொள்ள வேண்டும்.

தோலுடன் எடுத்துக்கொள்ளக்கூடிய மாம்பழம், கொய்யா போன்ற பழங்களையும், காய்கறிகளையும் தினமும் உணவில் சேர்த்துக்கொள்வது நல்லது. பச்சைக் காய்கறிகளை சாலட் வடிவில் சாப்பிடலாம். மைதா மாவுக்குப் பதிலாக கோதுமை மாவை அதிகம் பயன்படுத்தலாம்.

வயிற்றுப்போக்கு

வயிற்றுப்போக்குப் பிரச்னையும் அனைவரும் சந்தித்திருக்கக் கூடிய ஒன்றுதான். திரவ நிலையில் மலம் அடிக்கடி வெளி யேறுவதைத்தான் வயிற்றுப்போக்கு என்கிறோம்.

மலத்தில் ரத்தமும் கலந்து வெளியேறும் நிலை சீதபேதி (dysentry) என்று அழைக்கப்படுகிறது.

பெரும்பாலும் நுண்கிருமிகளால்தான் வயிற்றுப்போக்கு பிரச்னை உருவாகிறது. அஜீரணக்கோளாறு, அசுத்தமான உணவை உட்கொள்வது, குடல் பகுதியில் கிருமிகளின் தொற்று ஏற்பட்டிருப்பது, அளவுக்கதிகமாகச் சாப்பிடுவது போன்ற பல காரணங்களாலும் வயிற்றுப்போக்கு ஏற்பட லாம்.

பாக்டீரியா, வைரஸ் போன்ற நுண்கிருமிகளின் தாக்கு தலால் ஏற்படுகிற வயிற்றுப்போக்கு உடலில் கடுமையான பாதிப்புகளை உண்டாக்குகிறது. வயிற்றில் உள்ள புழுக் களின் காரணமாகவும் இப்பிரச்னை உருவாகலாம்.

நாள்பட்ட வயிற்றுப்போக்கு, கடுமையான வயிற்றுப் போக்கு என இதிலும் இரு வகைகள் உண்டு. திடீரென திரவ நிலையில் வழக்கத்தை விட அதிக அளவில் மலம் வெளியேறுவது கடுமையான வயிற்றுப்போக்கு எனப் படுகிறது.

இந்த வகையில், வயிற்றுப்பகுதியில் வலி, தசைப்பிடிப்பு போன்ற பிரச்னையும் இருக்கும். சிலருக்கு காய்ச்சல், வாந்தி போன்ற அறிகுறிகளும் காணப்படும்.

மலம் தண்ணீராக அடிக்கடி போகும் பிரச்னை இரண்டு வாரங் களுக்கு மேல் தொடர்ந்தால் அதுவே நாள்பட்ட வயிற்றுப் போக்கு எனப்படுகிறது. இந்த வகையில் சாப்பிடும் உணவு வெகுவேகமாக சிறுகுடல் வழியே வெளியேறிவிடுகிறது. சத்துகளை உடல் கிரகித்துக் கொள்வதற்கான நேரமே கொடுக்கப்படுவதில்லை. இதனால், உடலில் ஊட்டச்சத்து குறைபாடு ஏற்படுகிறது.

வயிற்றுப்போக்கினால் ஏற்படும் பிரச்னைகள்

நீரிழப்புதான் வயிற்றுப்போக்கினால் ஏற்படக்கூடிய மிக முக்கியமான பிரச்னை. அதிகப்படியான நீரிழப்பு காரணமாக அணுக்களில் உள்ள ஈரத்தன்மை குறைந்து அவை பழுதடை கின்றன. உடலின் ஈரப்பதம் குறைந்து உப்புச்சத்துகளும் வெளியேறுகின்றன.

தோலின் நெகிழ்தன்மை பாதிக்கப்படுகிறது. ரத்த அழுத்த மும், நாடித்துடிப்பும் குறைகிறது.

சிகிச்சை

வயிற்றுப்போக்கு ஏற்பட்டால் பெரும்பாலானவர்கள் செய்யும் தவறு என்ன தெரியுமா? வயிற்றைக் காயப்போடு வதுதான். பட்டினி இருப்பதன் மூலமாக வயிற்றுக்கு ஓய்வு கொடுத்து, பிரச்னையைச் சரி செய்து விடலாம் என்று நினைக்

கிறார்கள். ஆனால் அப்படிச் செய்வதால் சத்துக் குறைபாடு தான் ஏற்படுமே தவிர பிரச்னை தீராது.

வயிற்றுப்போக்கால் பாதிக்கப்பட்டவருக்கு ஏற்படும் நீரிழப்பைத் தடுப்பதுதான் சிகிச்சையின் முக்கியமான அம்சம்.

எனவே, இளநீர், மோர், எலுமிச்சைச் சாறு போன்ற திரவங் களை அதிகமாகக் கொடுக்க வேண்டும். பாதிக்கப்பட்டவர் வாந்தி எடுக்காமல் பார்த்துக்கொள்ள வேண்டும். உணவைச் சிறிது சிறிதாக அளிக்க வேண்டும்.

ஒரு டம்ளர் பாலில் ஒரு டம்ளர் தண்ணீர் கலந்து குடிக்கலாம். தண்ணீரை முடிந்த வரையில் குடித்துக்கொண்டே இருப்பது நல்லது.

வயிற்றுப்போக்கினால் உப்புச்சத்துகளும், தண்ணீரும் அதிக மாக வெளியேறிவிடுவதால், அதை ஈடுகட்ட ஓஆர்எஸ் (Oral Rehydration Solution-ORS) எனப்படும் உப்புக்கரைசலைக் கொடுக்க வேண்டும். இதை வீட்டிலேயே தயார் செய்து கொள்ளலாம்.

தண்ணீரை நன்கு காய்ச்சி ஆற வைக்க வேண்டும். ஒரு டம்ளர் தண்ணீருக்கு ஒரு சிட்டிகை உப்பைச் சேர்க்க வேண்டும். அதில் ஒரு தேக்கரண்டி சர்க்கரையைச் சேர்த்து நன்கு கலக்கிக் குடிக்க வேண்டும். வயிற்றுப்போக்குப் பிரச்னைக்கு வழங்கப்படும் மிக முக்கியமான சிகிச்சை இது.

இந்த ஓஆர்எஸ் கரைசல், தூள் வடிவில் கடைகளிலும் கிடைப்பதால் அதை வாங்கி தண்ணீருடன் சேர்த்துக் குடிக்க லாம். குழந்தைகளுக்கு இப்பிரச்னை ஏற்பட்டால் ஓஆர்எஸ் சிகிச்சையை உடனே ஆரம்பிக்க வேண்டும்.

சேர்த்துக்கொள்ள வேண்டிய உணவுகள்

- மோரை அதிகமாகச் சேர்த்துக் கொள்வதால் நோய்க் கிருமிகளின் பாதிப்பு குறையும்.

- அரிசிக்கஞ்சி, சோளமாவுக்கஞ்சி ஆகியவற்றை எடுத்துக் கொள்ளலாம்.

- வாழைப்பழம் சாப்பிடலாம். மற்ற பழங்களைக் காட்டிலும் வாழைப்பழத்தில் நார்ச்சத்து குறைவாகவும், மாவுச்சத்து அதிகமாகவும் இருக்கிறது.
- வறுத்த கடலையில் புரதச்சத்து அதிகமாக இருப்பதால் அதையும் சாப்பிடலாம்.

வயிற்றுப்போக்கு நின்ற பிறகு திட உணவுகளைக் கொடுக்க ஆரம்பிக்கலாம். வயிற்றால் போவது நின்ற பிறகும், பால் குடித்தால் சிலருக்கு மலம் தண்ணீர் போன்று போகும். வயிற்றுப்போக்கினால் குடலிலுள்ள நல்ல கிருமிகளும் அழிக்கப்படுவதால்தான் இப்படி நேர்கிறது. இதனால், பாலிலுள்ள லாக்டோஸ் சர்க்கரைச் சத்தை ஏற்க முடியாமல் ஒவ்வாமை ஏற்படுகிறது.

இதைத் தவிர்க்க வேண்டுமெனில் சில நாள்களுக்கு பாலின் பக்கத்திலேயே போகாமல் இருக்க வேண்டும். தயிர், மோர் ஆகியவற்றை அதிகமாகச் சேர்த்துக் கொள்ளலாம்.

நன்கு மசித்த பருப்பு சாதம், கேரட் சூப், கரும்புச் சாறு, பழச்சாறுகள் ஆகியவற்றை உணவுடன் சேர்த்துக் கொடுக்கலாம்.

மன அழற்சி, தூக்கமின்மை, போதிய அளவு ஓய்வு இல்லாமை, கிருமிகளின் தொற்று போன்றவற்றால் மலச் சிக்கலும், வயிற்றுப்போக்கும் மாறி மாறி ஏற்படும். இதனை இரிட்டபுள் பௌவல் சிண்ட்ரோம் (Irritable Bowl Syndrome) என்று கூறுவோம்.

இதைத் தவிர்க்க வேண்டுமெனில் தினமும் உணவில் *20-30* கிராம் நார்ச்சத்து இருக்குமாறு பார்த்துக்கொள்ள வேண்டும். போதிய அளவு ஓய்வு எடுத்துக்கொள்ள வேண்டும். மனத் தளர்ச்சி இல்லாமல் பார்த்துக்கொள்ள வேண்டும்.

வாயுத்தொல்லையும் எந்த பாரபட்சமும் இன்றி அனை வரையும் பாதித்து வருகிறது. அதைத் தவிர்ப்பதற்கான சில ஆலோசனைகள்

- உணவை நன்கு மென்று சாப்பிட வேண்டும்.
- வாயை மூடிக்கொண்டு மெல்ல வேண்டும்.

- பானங்களையோ, பழச்சாறுகளையோ குடிக்கும்போது ஸ்ட்ராவைப் பயன்படுத்தாமல் இருப்பது நல்லது.

- தினமும் நார்ச்சத்துள்ள இரண்டு பழங்களை உணவில் சேர்த்துக்கொள்ள வேண்டும்.

- முளை கட்டிய பயறு வகைகளை அதிகம் சேர்த்துக் கொண்டால் வாயுத்தொல்லையைத் தவிர்க்க முடியும்.

9

புற்றுநோய்

புரதம் சரணம் கச்சாமி

உங்களுக்குத் தெரியுமா?

இந்தியாவில் மட்டுமே ஒரு கோடிக்கும் அதிகமானோர் புற்றுநோயால் பாதிக்கப்பட்டுள்ளனர். ஒவ்வொரு ஆண்டும் நிகழும் மரணங்களில் 13 சதவீதம், புற்றுநோயால்தான் ஏற்படுகிறது.

சந்தீப் 14 வயது சிறுவன். ஒரு புகழ் பெற்ற பள்ளியில் ஒன்பதாம் வகுப்பில் படித்துக் கொண்டிருந்த மாணவன். விளையாட்டிலும் நல்ல தேர்ச்சி பெற்றவன். மூன்று மாத காலமாக திடீர் திடீர் என அவனுக்குக் காய்ச்சல் வந்தது. மருத்துவமனைக்குச் சென்று பரிசோதனை செய்து பார்த்த போதுதான் சந்தீப்புக்கு ரத்தப்புற்றுநோய் இருப்பது தெரியவந்தது. அவனது பெற்றோர்களுக்கு பலத்த அதிர்ச்சி. என்றாலும் சமாளித்துக்கொண்டு தரமான சிகிச்சைக்கு சந்தீப்பை உட்படுத்தினர்.

நோயின் பல்வேறு விளைவுகள் அவ்வப்போது அவனைத் தாக்கின. உணவு உட்கொள்வதே அவனுக்குக் கடினமாக இருந்தது. அத்தனை பிரச்சனைகளையும் வெற்றிகரமாகக் கடந்து, இன்றைக்கு மறுபடியும் ஒன்பதாம் வகுப்பிலேயே சேர்ந்து படிப்பைத் தொடர்ந்து கொண்டிருக்கிறான் சந்தீப்.

சந்தீப்பின் உடலில் ஏற்பட்ட இந்த முன்னேற்றத்துக்கு தகுந்த மருத்துவச் சிகிச்சையும் சிகிச்சைக்கு ஏற்ற உணவு முறையும் அவனின் விடாமுயற்சியுமே முக்கிய காரணம். புற்று நோய்க்கும், உணவுமுறைக்கும் என்ன தொடர்பு? தெரிந்து கொள்ள தொடர்ந்து படியுங்கள்.

புற்றுநோய் என்றால் என்ன?

உடம்பில் உள்ள அணுக்கள் கட்டுக்கடங்காத அளவுக்குப் பல்கிப் பெருகி உடம்பில் உள்ள மற்ற உறுப்புகளுக்கும் பரவி அவற்றின் செயல்பாட்டுத்திறனை அழிக்கிற நிலையைத்தான் புற்றுநோய் என்கிறோம்.

புற்றுநோய் யாரைத் தாக்கலாம்?

புற்றுநோய் எந்த வயதினரையும், உடம்பில் எந்தப் பாகத்தை யும் தாக்கலாம். புற்றுநோய் வர இரண்டு முக்கிய காரணங்கள் உள்ளன. ஒன்று மரபணு. மற்றொன்று சுற்றுப்புறச் சூழல்.

புகை பிடிக்கும் பழக்கம், கொழுப்புச் சத்தை முக்கியமாக செறிவுற்ற கொழுப்பை அதிகமாக உட்கொள்ளுதல், டப்பாக் களில் அடைக்கப்பட்டுள்ள பதப்படுத்தப்பட்ட உணவுகளை உட்கொள்வது, அதிக மன அழுற்சி ஆகியவை புற்று நோய் ஏற்பட முக்கிய காரணங்களாகும்.

புற்றுநோயின் அபாய அறிகுறிகள்

- திடீரென உடம்பில் தோன்றும் கட்டிகள்
- தொண்டையில் தொடர்ந்து வலி அல்லது குரலில் மாற்றம்
- மார்பகத்தில் கட்டிகள்
- தொடர்ச்சியான அஜீரணக் கோளாறு
- ஆறாத புண்கள்
- உடலில் திடீரெனத் தோன்றும் நிற மாற்றம்

மேலே குறிப்பிட்டுள்ள அறிகுறிகளில் ஏதேனும் ஒன்று தென் பட்டாலும் உடனே மருத்துவரை அணுகி தக்க பரிசோதனை களைச் செய்துகொள்வது நல்லது. புற்றுநோயாக இருந்தால்

எவ்வளவு விரைவாக சிகிச்சையை ஆரம்பிக்க முடியுமோ அவ்வளவு விரைவாக ஆரம்பித்து விட வேண்டும். ஆரம்ப நிலையில் கண்டறிந்துவிட்டால் புற்றுநோயை விரைவில் கட்டுப்படுத்திவிடலாம்.

புற்றுநோய்க்கும் உணவுக்கும் உள்ள தொடர்பு

புற்றுநோய் உடலில் உள்ள எந்த உறுப்பையும் தாக்கலாம். ஒரு முறை தாக்கினால் சிகிச்சை பெற்றபின் மீண்டும் புற்றுநோய் வருகின்ற அபாயம் உண்டு. சில உணவுகள் புற்று நோய் வராமல் தடுப்பதில் முக்கியப் பங்காற்றுகின்றன. அவற்றைப் பார்க்கலாம்.

புற்றுநோய் வகை	காரணம்	தடுக்கவல்ல உணவு
மார்பகப் புற்றுநோய்	மது அருந்துவது, புகைப் பிடிப்பது, அதிகக் கொழுப்பு உள்ள உணவு	காய்கறி, பழங்கள்
கணையப் புற்றுநோய்	அதிக இறைச்சி, புகை பிடிப்பது, மது அருந்துவது	காய்கறி, பழங்கள்
குடல் புற்றுநோய்	ஊறுகாய், உலர்ந்த மீன்	காய்கறி, பழங்கள்
மலக்குடல் புற்று நோய் மற்றும் நுரையீரல் புற்றுநோய்	அதிகக் கொழுப்புச் சத்து	தானியங்கள், பருப்பு வகைகள், காய்கறி, பழங்கள் மற்ற நார்ச்சத்து உள்ள உணவுகள், மஞ்சள் நிற காய்கறி, பழங்கள்

உணவு புற்றுநோயைத் தவிர்க்க எவ்வாறு செயல்படுகிறது?

வளர்சிதை மாற்றத்தின் முடிவில் சில நச்சுப்பொருட்கள் வெளியேற்றப்படுகின்றன.   காய்கறிகள்,   பழங்கள்

போன்றவை உடலில் தோன்றும் நச்சுப்பொருள்களை வெளி யேற்றும் ஆன்டி ஆக்ஸிடன்ட்ஸ்களைக் (antioxidants) கொண் டுள்ளன. நச்சுப்பொருள்கள் அகற்றப்படுவதால் புற்றுநோய் உருவாவதற்கான வாய்ப்பு தவிர்க்கப்படுகிறது.

உணவு, திசுக்களை வலுப்படுத்தி புற்றுநோய் தாக்குதலை கட்டுப்படுத்துகிறது.

புற்றுநோய் வரக் காரணமாக இருக்கும் கார்ஸினோஜென் (carcinogen) என்னும் பொருளை, சத்தான உணவு வலுவற்ற தாக்கி செயல்பாடு குன்றச் செய்கிறது.

புற்றுநோயைத் தடுக்க வல்ல உணவுகள்

தாவரஉணவின் மூலமாகக் கிடைக்கும் பீடா காரடீன் (beta carotene), வைட்டமின் E மற்றும் C போன்ற சத்துகள், உடம்பில் உள்ள நச்சுப்பொருட்களை வெளியேற்றி புற்று நோயிலிருந்து காப்பாற்றுகின்றன. இந்த நச்சுப்பொருட்கள் சரிவர வெளியேற்றப்படாமல் இருந்தால் புற்றுநோய் அதிக பாதிப்பை ஏற்படுத்தலாம்.

பீடா காரடீன் அதிகம் காணப்படும் உணவுகள்: கீரைவகை கள், மஞ்சள் நிற பழங்கள் (பப்பாளி, மாம்பழம், பரங்கிக் காய், கேரட்).

வைட்டமின் C அதிகம் உள்ள உணவுகள்: ஆரஞ்சு பழம், எலு மிச்சை, கொய்யாப்பழம், நெல்லிக்காய், முளைகட்டிய பயறு.

வைட்டமின் E அதிகமுள்ள உணவுகள்: முழு தானிய வகைகள், கொட்டை வகைகள்.

தாவர உணவில் காணப்படும் தாவர ரசாயனங்கள் (phyto chemicals) மற்றும் நார்ச்சத்துகள் புற்றுநோயைத் தடுக்க வல்லவை.

தாவர ரசாயனங்கள் பல வகைப்பட்டவை. அவற்றுள் அதிகம் உணவில் சேர்த்துக் கொள்ள வேண்டியவற்றைப் பட்டியலிட்டுள்ளேன்.

லைகோபீன் (lycopene) என்ற ரசாயனம் தக்காளியில் அதிகம் காணப்படுகிறது. இது மார்பகப் புற்றுநோயைத் தடுக்கும்.

லிமோநாய்டு (limonoids), ஆரஞ்சு, எலுமிச்சை மற்றும் மாதுளம்பழத்தில் அதிகமாகக் காணப்படுகிறது. இது நச்சுப் பொருள்களை உடலில் கரைத்து வெளியேற்றும் தன்மை உடையது.

பீனால் (phenol), வேர்க்கடலை, திராட்சை ஆகிய இரண்டிலும் அதிகம் காணப்படும். பீனால், புற்றுநோயைத் தடுக்கும் தன்மையுடையது. கேரட், முட்டைக்கோஸ், சாம்பார் வெங்காயம், சிவப்பு முள்ளங்கி, பச்சை டீ (green tea) சோயாவிதை, மிளகு மற்றும் தக்காளி போன்றவற்றில் இந்தத் தாவர ரசாயனம் அதிகம் உள்ளது.

பெருலிக் அமிலம் (ferulic acid) முழு தானிய வகைகளில் அதிகம் காணப்படுகிறது. புற்றுநோய் தாக்காமல் உடம்பில் உள்ள அணுக்களை காக்க இது உதவுகிறது.

நார்ச்சத்து

நார்ச்சத்து மலச்சிக்கலிருந்து நமக்கு விடுதலையைத் தரு கின்றது. உணவில் நார்ச்சத்தை அதிகமாகச் சேர்த்துக் கொள்வது பல வகைகளில் நல்லது.

இந்த நார்ச்சத்து மலத்தை, பெருங்குடலிலிருந்து விரைவாக மலக்குடலுக்குள் தள்ளுகிறது. பெருங்குடலில் உணவு சிறிது நேரம் இருப்பதால் குடலின் உட்புறத்தில் புற்றுநோய்க்குக் காரணமான கார்சினோஜன்களை உற்பத்தி செய்ய இயலாமல் போய் விடுகிறது.

நார்ச்சத்து அதிகம் உள்ள உணவுப்பொருள்களின் பட்டியலை இங்கு காணலாம்:

(100 கி உண்ணும் (edible) அளவுக்கானவை)

உணவு	**மொத்த நார்ச்சத்து அளவு (கி)**
தானியங்கள்	
கோதுமை	12.5
கம்பு	11.3
Jowar	9.7

பருப்பு வகைகள்

கடலைப் பருப்பு (முழு)	28.3
கடலைப் பருப்பு (உடைத்தது)	15.3
உளுந்து	20.3
பயத்தம் பருப்பு	16.7
துவரம் பருப்பு	22.6

கீரை வகைகள்

கறிவேப்பிலை	16.3
புளியங்கீரை	10.6
முருங்கைக் கீரை	9.0
புதினா	6.3
பொன்னாங்கண்ணி	7.9

கிழங்கு வகைகள்

பீட்ரூட்	3.5
கேரட்	4.4
சக்கரவள்ளிக்கிழங்கு	3.9

இதர காய்கறிகள்

பட்டாணி (பச்சை)	8.6
அவரைக்காய்	8.9
கொத்தவரங்காய்	5.7
கத்திரிக்காய்	6.3
வெங்காயத்தாள்	5.1

கொட்டை வகைகள்

சோயா பீன்	23.0
எள்	16.8

பழங்கள்

நெல்லிக்காய்	7.3
உலர்ந்த பேரிச்சம்	8.3
கொய்யாப்பழம்	8.5
சப்போடா	10.9
சீதாப்பழம்	5.5
அத்திப்பழம்	5
பேரிக்காய்	4.3
பலாப்பழம்	3.5
மாதுளைப்பழம்	2.8
பப்பாளி	2.6

புற்றுநோயாளிகள் உணவில் அதிகப் புரதத்தை சேர்த்துக் கொள்ள வேண்டும். இறைச்சி, மீன், பால், முட்டை, தயிர் ஆகியவற்றை உணவில் சேர்த்துக் கொள்ள வேண்டும். பச்சைக்காய்கறிகளையும், பழங்களையும் உணவில் சேர்த்துக்கொண்டால் தேவையான வைட்டமின் சத்து உடலில் சேரும். பாலைத் தவறாமல் சேர்த்துக் கொண்டால் தேவையான அளவு சுண்ணாம்புச் சத்து உடலில் சேரும்.

புற்றுநோய் சிகிச்சையும், உணவு எடுத்துக் கொள்ளும் பிரச்னையும்

புற்றுநோய்க்கான சிகிச்சை காலத்தில் உணவு எடுத்துக் கொள்வதற்கு பல தடைகளும் பிரச்னைகளும் ஏற்படும். அவற்றுள் முக்கியமானவை மூன்று. அவை, பசியின்மை, வாயில் ஈரப்பதம் குறைந்து உமிழ் நீர் சுரப்பது குறைதல், வாயிலும் தொண்டையிலும் புண் ஏற்படுவது. ஒவ்வொரு பிரச்னைக்கும் வித்தியாசமான உணவுமுறையைப் பின்பற்ற வேண்டும்.

பசியின்மையின் காரணமாக உணவைச் சாப்பிட்டால் வாந்தி வருவது போல் இருக்கும். இந்தப் பிரச்னைக்கு, உணவை சிறிய அளவில் பல தடவை கொடுக்க வேண்டும். தண்ணீர்

மற்றும் பிற திரவங்களை, சாப்பிட்ட பின் அரை மணி நேரத்துக்குப் பிறகுதான் கொடுக்க வேண்டும்.

வாயில் உமிழ் நீர் சுரப்பது குறைவதால் 2 லிட்டர் தண்ணீராவது குடிக்க வேண்டும். சுயிங்கம் மென்றால் உமிழ் நீர் சுரப்பது அதிகரிக்கும்.

வாயிலும் தொண்டையிலும் புண் தோன்றுவதால் உணவை நன்கு மசித்துக் கொடுக்க வேண்டும். திரவங்களை ஸ்ட்ரா மூலம் உறிஞ்சிக் குடிக்கலாம்.

புற்றுநோயாளிகள் எப்படிச் சாப்பிட வேண்டும் என்பதற்கான ஆலோசனைகள்

- உணவை அவசரமாகச் சாப்பிடக் கூடாது.

- குடும்பத்துடன் ஒரு வேளையாவது அமர்ந்து உணவு உண்ண வேண்டும்.

- எப்பொழுதெல்லாம் பசிக்கிறதோ அப்போதெல்லாம் வேண்டிய அளவு சாப்பிடலாம். ஒரு நாளைக்கு மூன்று முறைதான் சாப்பிடவேண்டும் என்று எந்த விதிமுறையும் கிடையாது. கொஞ்சம் கொஞ்சமாகப் பல முறை சாப்பிடலாம்.

- பெரும்பாலும் புற்றுநோயாளிகளுக்கு நோய் எதிர்ப்புத் தன்மை குறைந்து விடும். அவர்களைப் புதிதாக நோய்கள் எதுவும் தாக்காமல் பாதுகாக்க காய்கறிகளையும் பழங்களையும் நன்கு கழுவி உண்ண வேண்டும்.

புற்றுநோயாளிகள் எடுத்துக்கொள்ளக் கூடிய உணவுகள்

வாழைப்பழம், வேகவைத்த ஆப்பிள், பேரிக்காய், தர்பூசணி, பால்கட்டி, மசித்த உருளைக்கிழங்கு, புட்டிங், கஸ்டர்ட், முட்டை, ஓட்ஸ் கஞ்சி, மசித்த அல்லது பொடிசாக வெட்டப்பட்ட இறைச்சி, இளநீர், திராட்சைச் சாறு.

புற்றுநோயாளிகள் தவிர்க்க வேண்டிய உணவுகள்

புளிப்புச்சுவை உள்ள ஆரஞ்சு, சாத்துக்குடி, அன்னாசி போன்ற பழங்கள். மசாலா, உப்பு, பச்சை மிளகாய், இஞ்சி, பூண்டு ஆகியவற்றை அதிகம் சேர்க்காமல் சமைக்க

வேண்டும். மிகவும் சூடான அல்லது குளுமையான உணவு களைத் தவிர்க்க வேண்டும்.

அதிகக் கொழுப்பு உள்ள உணவுகளான சாக்லெட், கேக், கிரீம், காபி, டீ, சோடா, அதிக நார்ச்சத்து உள்ள சோளம், கத்திரிக்காய், காளிபிளவர், பீன்ஸ், வெண்டைக்காய் ஆகிய வற்றையும் குறைவாகவே எடுத்துக்கொள்ள வேண்டும்.

முக்கியமான பத்து விதிமுறைகள்:

- வாயை எப்பொழுதும் சுத்தமாக வைத்துக் கொள்ள வேண்டும்.

- (chemotherapy) கீமோ சிகிச்சை பெறுவதற்கு 1 மணி நேரத்துக்கு முன்னதாகவே உணவை உட்கொள்ள வேண்டும்.

- உணவு செரிமானம் மிகவும் நிதானமாக இருப்பதால் சாப்பிட்டதும் சிறிது நேரம் ஓய்வு எடுக்க வேண்டும்.

- வாந்தி வரும் பொழுது சூடாக எதையும் எடுத்துக் கொள்ளக்கூடாது.

- பொட்டாசியம், சோடியம் (உப்பு) போன்றவை அதிகம் தேவைப்படுவதால் ஆப்பிள், மசித்த உருளைக்கிழங்கு, வாழைப்பழம் போன்றவற்றை எடுத்துக் கொள்ளலாம்.

- லாக்டோஸ் ஒவ்வாமையினால் ஏற்படும் வயிற்றுப் போக்கைத் தவிர்க்க பாலை உணவில் சிறிது சிறிதாக சேர்த்துக் கொள்ள வேண்டும்.

- எளிமையான உடற்பயிற்சியை உங்கள் மருத்துவரின் ஆலோசனைப்படி மேற்கொள்ளுங்கள்.

- எந்த வைட்டமின் மாத்திரையையும், டானிக்கையும் மருத்துவரின் ஆலோசனையின்றி எடுத்துக்கொள்ளக் கூடாது. சில வைட்டமின் மாத்திரைகள், புற்றுநோயின் சிகிச்சையை பலன் அளிக்காமல் செய்துவிடும். எனவே தன்னிச்சையாக மருந்துகளை எடுத்துக் கொள்வதோ நிறுத்துவதோ கூடாது.

- புற்றுநோயால் தாக்கப்பட்ட நோயாளியின் நிலையைப் பொறுத்து வாய் வழியாகவோ, குழாய் வழியாகவோ உணவு உடலுக்குள் செலுத்தப்படும்.

- புற்றுநோய்க்கான சிகிச்சையின்போது சத்துள்ள உணவை எடுத்துக் கொள்வது மிக மிக அவசியம். அவ்வாறு சத்தான உணவை எடுத்துக் கொண்டால்தான் புற்றுநோய் சிகிச்சையில் ஏற்படும் பக்க விளைவுகளை சமாளிக்க முடியும்.

நல்ல சத்தான உணவு புற்றுநோயை முழுமையாகக் குணப் படுத்தவோ, மீண்டும் வராமல் தடுக்கவோ பயன்படாது. ஆனால் உணவு மட்டுமே புற்றுநோய் சிகிச்சையை விரைவு படுத்தி சிகிச்சையினால் ஏற்படும் பக்க விளைவுகளின் பாதிப்பைக் குறைக்கும்.

புற்றுநோயால் சேதம் அடைந்த உறுப்புகள் மீண்டும் பழைய நிலைக்குத் திரும்பி சிறப்பாக செயலாற்றவும் சத்தான உணவுகளே உதவி செய்யும். புற்றுநோய் தாக்குதலால் உடம்பின் நோய் எதிர்ப்புத் தன்மை வீழ்ச்சி அடைந்திருக்கும். நல்ல உணவு மட்டுமே இந்த நோய் எதிர்ப்புத் தன்மையை மீண்டும் வலுப்பெறச் செய்யும்.

சில புற்றுநோய் மருந்துகள் மலச்சிக்கலை ஏற்படுத்தலாம். எனவே சாதாரணமாக புற்றுநோயாளிகள் 8-9 கப் தண்ணீரை அருந்த வேண்டும். மலம் வெளியேற்றும் நேரத்துக்கு அரை மணி நேரம் முன்பாக சூடான பால், தண்ணீர் அல்லது சூப் ஆகியவற்றில் ஏதேனும் ஒன்றை குடித்தால் மலச்சிக்கல் பிரச்னையிலிருந்து விடுபடலாம்.

மகிழ்ச்சி மனத்தைப் பொறுத்த விஷயம். அதிகப்படியான மன உளைச்சல், நோய் விரைவில் குணமடைய தடையாக இருக்கும். எனவே சிறந்த உணவு, நல்ல தூக்கம், சந்தோஷ மான மனநிலை இவை மூன்றின் மூலமாகவே புற்று நோய்க்கு எதிராகப் போராட முடியும்.

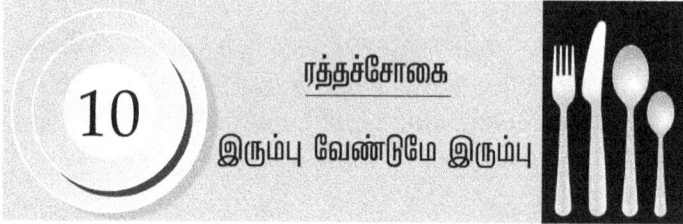

10

ரத்தச்சோகை

இரும்பு வேண்டுமே இரும்பு

உங்களுக்குத் தெரியுமா?

ரத்தச் சிவப்பணுக்களில் ஹீமோகுளோபினாக இருப்பது இரும்புச்சத்துதான். 120 நாள்களில் ரத்தச் சிவப்பணுக்களின் காலம் முடிந்தவுடன் அவற்றிலிருந்து இரும்பு பிரிக்கப்பட்டு எலும்பு மஜ்ஜைகளுக்கு அனுப்பப்படுகிறது. அங்கு புதிய ரத்தச் சிவப்பணுக்களை உருவாக்க அது பயன்படுகிறது.

ரத்தச்சோகை என்பது சிவப்பு அணுக்கள் எண்ணிக்கையில் குறைவாக இருப்பதாலோ அல்லது ரத்தத்துக்கு சிவப்பு நிறத்தைக் கொடுக்கக் கூடிய ஹீமோகுளோபினின் எண்ணிக்கை குறைவாக இருப்பதாலோ உருவாகக்கூடிய ஒரு நோய்.

ரத்தச்சோகையில் பலவகை உண்டு. அதில் குறிப்பாக புரதம், இரும்புச்சத்து, B_{12}, உப்புச் சத்து, ஃபோலிக் அமிலம் ஆகிய ஊட்டச்சத்துகளின் குறைபாட்டினால் ஏற்படக்கூடிய ரத்தச் சோகை முக்கியத்துவம் வாய்ந்தது.

ரத்தச்சோகைக்கான காரணங்கள்

ரத்தத்தில் ஹீமோகுளோபின் அளவு ஆண்களுக்கு 13 - 18 கிராம் சதவீதமும், பெண்களுக்கு 11 - 16.5 கிராம் சதவீதமும் இருத்தல் வேண்டும். சிவப்பு அணுக்கள், எலும்பு

மஜ்ஜைகளில் தயாரிக்கப்படுகிறது. இவற்றைத் தயார்செய்ய இரும்புச் சத்து மிக அவசியம். ஆனால் இரும்புச் சத்து மட்டும் இருந்தால் போதாது. புரதமும், B_{12} வைட்டமின்களும் சிவப்பு அணு தயாரிப்பதற்கான மிக முக்கிய மூலப் பொருள் களாகும்.

வளரும் குழந்தைகளுக்கு பால் மட்டுமின்றி மற்ற எல்லா உணவுகளையும் போதிய அளவு அளிக்கவேண்டும். அவ் வாறு செய்யாமல் தாய்ப்பாலையோ அல்லது பாட்டில் பாலையோ மட்டுமே கொடுத்து குழந்தையை வளர்த்தால் போதிய இரும்புச் சத்து கிடைக்காமல் ரத்தச்சோகை ஏற்படும்.

வளரும் குழந்தைகளைப் போல், கர்ப்பிணிகளுக்கும், பாலூட்டும் தாய்மார்களுக்கும் இரும்புச் சத்து அதிக அளவில் தேவைப்படுகிறது. ரத்தத்தின் ஹீமோகுளோபின் அளவு குறைவதால் குழந்தையின் வளர்ச்சிக்குக் கேடு விளையும்.

கருவுற்ற பெண்களும், பாலூட்டும் தாய்மார்களும் பத்தியம் என்ற பெயரில் சத்தான உணவுகளை உட்கொள்ளாமல் இருப் பார்கள். இதனால் ரத்தச்சோகை ஏற்பட அதிக வாய்ப்பு உண்டு.

போதிய அளவு உணவு உட்கொள்ளாததாலும், ஊட்டச்சத்து உறிஞ்சப்படும் தன்மை குறைவதாலும் வயதானவர்களுக்கு ரத்தச்சோகை ஏற்பட வாய்ப்பு அதிகம் உள்ளது.

அடிக்கடி வரும் தொற்று நோயால் குழந்தைகளின் உடலில் உள்ள ரத்த அணுக்களின் எண்ணிக்கை குறையும். இரண்டு வயதாகாத குழந்தைகளுக்கு பசும்பால் கொடுப்பதைத் தவிர்க்க வேண்டும். இல்லையெனில் பசும்பால் குடிக்கும் குழந்தைகளுக்கு ரத்தச்சோகை ஏற்படலாம்.

எவ்வளவுதான் மருந்துகள் கொடுத்து சிகிச்சை அளித்தாலும் சத்தான உணவை உட்கொள்ளவில்லையென்றால் ரத்தச் சோகையிலிருந்து விடுபடுவது மிகவும் கடினமாகும். தீராத வயிற்றுபோக்குத் தாக்குதலால் போதிய அளவு இரும்புச் சத்தை உணவில் எடுத்துக் கொண்டாலும் குடலால் அதை உட்கிரகிக்க இயலாது. அதிக அளவில் டீ குடிப்பவர்களுக்கு உடலில் இரும்புச் சத்து குறைவாக காணப்படும்.

விடலைப்பருவத்தில் இருக்கும் ஆண் பெண் இருபாலரும் சமச்சீர் உணவை எடுத்துக்கொள்ளத் தவறி விடுகிறார்கள். துரித உணவுகளையே அவர்கள் நம்பியிருப்பதால், ரத்தச் சோகை தாக்குதலுக்கு ஆளாக வாய்ப்புண்டு. விடலைப் பருவத்தில், உடல் வளர்ச்சிக்கும், பருவ வளர்ச்சிக்கும் இரும்புச் சத்து மிக அவசியம் என்பதை உணர்ந்துகொள்ள வேண்டும்.

இன்றைய இளைய தலைமுறை, உடல் ஆரோக்கியத்துக்குத் தேவையான சத்துக்கள் என்னென்ன என்று அறிந்து சாப்பிடு வதில்லை. அதுவும் நேரத்தோடு சாப்பிடுவதில்லை. சாப்பாட்டுக்குப் பதிலாக பிஸ்கட், சிப்ஸ், சமூசா, கோலா போன்றவற்றைச் சாப்பிடுகிறார்கள். காலைவேளையில் கூட அவசரமாக இரண்டு பிஸ்கட்டை டீயுடனோ, காபியுடனோ சாப்பிட்டு விட்டு பள்ளிக்கும், கல்லூரிக்கும் கிளம்பு கிறார்கள். இது, உடல் ஆரோக்கியத்தைக் கெடுக்கக்கூடிய மிகவும் தவறான பழக்கமாகும்.

ரத்தச்சோகையினால் ஏற்படும் அறிகுறிகள்

நோய் எதிர்ப்புத் தன்மை குறையும். இதனால் அடிக்கடி சளி, இருமல், காய்ச்சல் போன்ற பல பிரச்னைகள் ஏற்படும். சிறிது நேரம் வேலை செய்தாலே களைப்பு ஏற்படும். சில நேரங்களில் மூச்சுத் திணறலும் இருக்கும்.

பள்ளிக்குச் செல்லும் குழந்தைகள் வீடு திரும்பியதும் தூங்கி விடுவார்கள். படிப்பிலும், விளையாட்டிலும் நாட்டம் செலுத்தமாட்டார்கள். குறைவான மதிப்பெண் பெறு வார்கள். கண்களில் இருக்கும் ஜவ்வுத்தசை சிவப்பு நிறத் துக்குப் பதிலாக வெளிறிப்போய் இருக்கும்.

நகங்கள் கரண்டிகள் போல் பள்ளமாகத் தோற்றமளிக்கும். இந்நிலை கொய்லோநிகியா (koilonychia) என்று கூறப்படும். தலைசுற்றல், அஜீரணக் கோளாறு போன்ற அறிகுறிகளும் தோன்றலாம்.

அறிகுறிகள் மூலம் ரத்தச்சோகையை உணரமுடியும் என் றாலும் ரத்தப் பரிசோதனை மூலமாகவே அதை உறுதிப் படுத்திக்கொள்ள முடியும்.

ரத்தச்சோகையைப் போக்க சாப்பிடவேண்டிய உணவுகள்

புரதச்சத்து அதிகமுள்ள, போதுமான மாவுச்சத்து உள்ள உணவுப் பொருட்கள், பழவகைகள், காய்கறி வகைகள் ஆகியவற்றை அவசியம் உட்கொள்ள வேண்டும். இத்துடன் ஒரு நாளைக்கு குறைந்தது மூன்று டம்ளர் பாலாவது குடிப்பது அவசியம்.

உணவுடன் வைட்டமின் 'சி' நிறைந்த பழங்களையும், பழச்சாறுகளையும் எடுத்துக்கொள்ள வேண்டும். உடலுக்குத் தேவையான இரும்புச் சத்தை உணவிலிருந்து உட்கிரகித்துக் கொள்ள இவை உதவி புரிகின்றன.

உதாரணமாக, ரொட்டி, முட்டை போன்றவற்றைக் காலை உணவாக எடுத்துக் கொண்டால் அவற்றுடன் சிறிதளவு ஆரஞ்சுப் பழச்சாறு குடிக்கலாம். அதன் மூலம் முட்டையில் இருக்கும் இரும்புச்சத்து உடலுக்குள் உடனே உறிஞ்சப் படும்.

கருவுற்ற பெண்களுக்கும், தாய்ப்பால் ஊட்டும் தாய்மார் களுக்கும் தினமும் 200 கிராம் அளவு கீரையை உணவில் சேர்த்து கொடுக்க வேண்டும். இத்துடன் ஆரஞ்சு, கொய்யா, நெல்லிக்காய் போன்ற பழங்களையும் உண்ண வேண்டும்.

இரும்புச்சத்து அதிகமுள்ள உணவுகள்

பச்சைக்காய்கறிகள், கீரைவகைகள் (குறிப்பாக கரு வேப்பிலை, கொத்தமல்லி, புதினா, முருங்கைக்கீரை) போன்றவை.

முட்டையின் மஞ்சள் கரு, முழு தானிய வகைகள், இறைச்சி வகையில் ஈரல் அல்லது சிறுநீரகம், உலர்ந்த பழவகைகள், திராட்சை, பேரீச்சம்பழம், முந்திரி, பாதாம், பிஸ்தா, அவல், வெல்லம், சுண்டைக்காய், குடைமிளகாய் போன்ற வற்றிலும் இரும்புச்சத்து அதிகம் காணப் படுகிறது.

ரத்தச்சோகை நோய், ஏற்கனவே கூறியது போல இரும்புச் சத்து குறைவினால் மட்டும் அல்ல, புரதம், போலிக் அமிலம் போன்றவற்றின் குறைபாடுகளாலும் ஏற்படும். எனவே

உணவில் வைட்டமின் B_{12}, போலிக் அமிலம் நிறைந்த உணவுகளைச் சேர்த்துக்கொள்ளலாம்.

இரும்புச்சத்து நிறைந்த உணவு வகைகளும் இரும்புச் சத்து அளவும்

(100 கிராம் அளவில்)

உணவுப் பொருள்	இரும்புச் சத்து மிகி
பாஜ்ரா	8
அரிசி, தவிடு	35
அவல்	20
அரைக்கீரை	38.5
சிறுகீரை	27.3
காலிபிளவர் கீரை	40
சுண்டைக்காய் வற்றல்	22.2
பெருங்காயம்	39.4
அரிசித் திப்பிளி	13.5
மாங்காய் பொடி	45.2
திப்பிளி	62.1
மஞ்சள்	67.8

வைட்டமின் B_{12} அதிகம் காணப்படும் உணவு (100 கி அளவுக்கு)

உணவுப்பொருள்	அளவு (மைக்ரோ கிராம்)
ஆட்டு ஈரல்	90.4
இறைச்சி	2.6-2.8
இறால்	9
முட்டை	1.8
தயிர் (பசும் பாலில் ஆனது)	0.13

B_{12} அதிகமாக அசைவ உணவுகளில் மட்டுமே உள்ளது

போலிக் அமிலம் 100 கி அளவுக்கு

உணவு	போலிக் அமிலம் (மை.கி)
கடலை பருப்பு (முழு)	186
முருங்கை இலை	94
பசலைக் கீரை	123
கொத்தவரங்காய்	144
வெண்டைக்காய்	105
எள்	134
ஈரம்	176-188

புரதம் அதிகமாக காணப்படும் உணவுகள் 100 கி உணவளவுக்கு

உணவு	புரதம் (கி)
உளுந்து	24
முருங்கைப் பூ	3.6
பீன்ஸ்	3.8
பலாப்பழ விதை	6.6
சுண்டைக்காய் வற்றல்	8.3
பாதாம் பருபபு	20.8
முந்திரி	21.2
வேர்க்கடலை	25.3
எள்	18.3
வெந்தயம்	26.2
மீன்	16-60
நண்டு (சிறியது)	11.2
கோழி முட்டை	13.3

பால் (பசும்பால்)	*3.2*
பால் கட்டி	*24*

உணவில் இரும்புச்சத்தைக் கூட்டுவதற்கான சில ஆலோசனைகள்

உணவுடன் வைட்டமின் c சத்துள்ள ஆரஞ்சு, மாதுளை போன்ற பழங்களையோ, பழச்சாறுகளையோ உட்கொள்ள வேண்டும். அதன் மூலம் இரும்புச் சத்து குடலுக்குள் நன்றாக உறிஞ்சப்படும். கூடிய வரை சமையல் செய்வதற்கு இரும்புப் பாத்திரங்களையே உபயோகிப்பது நல்லது.

சர்க்கரைக்குப் பதில் வெல்லம் சேர்த்துக் கொள்வது நல்லது.

கீரைகளில் இரும்புச் சத்து இருந்தாலும், அதில் உள்ள ஆக்ஸலேட் என்னும் ரசாயனப் பொருள், இரும்புச்சத்தை உடம்பில் சேராமல் தடுக்கின்றது. எனவே இதைத் தவிர்க்க, கீரையை சமைக்கும் பொழுது திறந்த பாத்திரங்களில் வைத்து சமைக்க வேண்டும். அவ்வாறு செய்வதால் ஆக்ஸலேட்கள் வெளியேற்றப்படுகின்றன.

உணவு உண்டவுடன் டீ, காபியை அரை மணி நேரம் வரை எடுத்துக்கொள்ளக் கூடாது. டீ, காபியை அதிகமாக உட்கொண்டால் குடலிலிருந்து இரும்புச்சத்து உறிஞ்சப் படாமல் வீணாக்கப்படும்.

ஊட்டச்சத்துள்ள உணவே நோய் தடுக்கும் மருந்து. எனவே சத்துள்ள உணவை எடுத்துக்கொள்வதில் கவனமாக இருக்க வேண்டும்.

ரத்தச்சோகை நோயாளிகள் பின்பற்ற வேண்டிய மாதிரி உணவு அட்டவணை

காலை 6 மணி	பால் 1 டம்ளர்
காலை 7.30 - 8 மணி	இட்லி - 4
	கொத்தமல்லி (அ) புதினா சட்னியுடன் (அ)
	தோசை - 3 (அ)

	பிரெட் - 2 துண்டு ஒரு முட்டையுடன்
	இவற்றுடன் ஒரு கப் ஆரஞ்சு பழச்சாறு
மதிய உணவு	சாதம் - 2.5 கப்
	காய்கறி கலந்த குருமா - 1 கப்
	கீரைக் கூட்டு - 1 கப்
	ரசம், தயிர் - 1 கப்
மாலை	கேழ்வரகு அடை -2 (அ)
	கீரை வடை - 2
	ஒரு டம்ளர் பால்
இரவு	சாதம் - 2 கப்
	முருங்கைக்காய் சாம்பார் அல்லது சுண்டைக்காய் சாம்பார்
	உருளைக்கிழங்கு வறுவல்
	ரசம், தயிர் - 1 கப்
படுக்கைக்குச் செல்லும் முன்	1 டம்ளர் பால்

11

காய்ச்சல்

ஊட்டச்சத்தே துணை

உங்களுக்குத் தெரியுமா?

நமது உடலிலுள்ள நோய் எதிர்ப்புப் பொருள்கள் புரதத்தால் ஆனவை. புரதத்தின் அளவு உடலில் போதுமான அளவு இருந்தால்தான், நோய் எதிர்ப்புப் பொருள்களின் எண்ணிக்கையும் போதுமான அளவு இருக்கும். தற்காப்பு அமைப்பும் பலமாக இருக்கும்.

வெளியே கனத்த மழை. பள்ளிக்குச் சென்றிருந்த கமலாவின் மகன் கிஷோர், நனைந்துகொண்டே வீடு திரும்பினான். அடுத்த நாளே காய்ச்சல் என்று படுத்து விட்டான். தொடர்ந்து மூன்று, நான்கு நாட்களுக்கு அந்தச் சிறுவனுக்கு ரொட்டியும் பாலும் தான் உணவு என்று கண்டிப்பாகச் சொல்லிவிட்டார் டாக்டர்.

இது என்ன வைத்தியம்? காய்ச்சல் என்றால் வெறும் ரொட்டி தான் சாப்பிட வேண்டுமா? சாதம் சாப்பிடக் கூடாதா? வியாதியைவிட வைத்தியம் கொடுமையாக இருக்கின்றதே? காய்ச்சல் வரும்பொழுது நம் உடலில் ஏற்படும் மாறுதல்கள் என்னென்ன? இதனால் ஊட்டச்சத்தின் தேவைகள் மாறுமா?

அனைத்துக் கேள்விகளுக்கும் பதில்கள் கிடைக்கும் இந்த அத்தியாயத்தில்.

காய்ச்சல் என்பது நோய் அல்ல. ஆனால் பல நோய்களுக்கு அதுதான் முக்கியமான அறிகுறி. டைபாய்டு, ப்ளூ, மலேரியா, அம்மை, காசநோய் போன்ற நோய்கள், காய்ச்சலின் மூலமாகவே 'உள்ளேன் ஐயா' என்று தெரிவிக்கின்றன.

காய்ச்சலின்போது ஊட்டச்சத்தின் தேவை

கலோரிச்சத்து

அதிக வெப்பத்தினால் உடம்பின் அடிப்படை வளர்சிதை மாற்றத்தில் பல மாறுதல்கள் ஏற்படுகின்றன. அதன் விளைவாக ஊட்டச்சத்தின் தேவைகளும் அதிகமாகின்றன. அதோடு, கலோரித் தேவையும் 50 சதவீதம் அதிகரிக்கிறது. இருப்பினும் காய்ச்சல் இருக்கும்போதுநோயாளியால் 1000 - 1200 கலோரி மட்டுமே ஏற்றுக்கொள்ள இயலும்.

வெப்ப உயர்வின் காரணமாக உடலின் ஈரப்பதம் குறைவதால் அதிக திரவங்களை உடலுக்குக் கொடுக்க வேண்டும். ஒரு நாளைக்குக் குறைந்தது 2 1/2 - 3 லிட்டர் தண்ணீர் அல்லது திரவங்கள் தேவைப்படும்.

மாவுச்சத்து

குளுக்கோஸ், சுக்ரோஸ், ஸ்டார்ச் போன்ற மாவுச்சத்துள்ள உணவுகளை எடுத்துக் கொள்வதால் கலோரித் தேவையை ஈடுகட்ட முடியும். குளுக்கோஸ் ரத்தத்தில் எளிதாக உறிஞ்சப் படுகிறது. அரிசிக்கஞ்சி சாப்பிடுவது நல்லது. உணவு எளிதாகச் செரிக்க சாதத்தை கூழாக வடித்துச் சாப்பிடலாம்.

புரதச்சத்து

காய்ச்சலின்போது வழக்கமான அளவை விட 50 சதவீதம் அதிகமாகப் புரதம் தேவைப்படும். நல்ல தரமான புரதத்தை நோயாளிக்கு அளிக்க வேண்டும். பால், முட்டை போன்ற உணவுப் பொருள்களில் தரமான புரதம் இருப்பதால் அவற்றை உணவில் சேர்த்துக் கொள்ள வேண்டும். நோய் எதிர்ப்பு மண்டலம் சரிவர இயங்கவும், காய்ச்சலால் இழந்த புரதத்தைச் சரி செய்யவும் அதிகப் புரதம் தேவைப்படுகிறது.

கொழுப்புச்சத்தை அதிகம் சேர்த்துக் கொள்வதால் வயிற்றுப் போக்கு ஏற்படலாம்.

உப்புச்சத்தும், தாதுப் பொருட்களும்

காய்ச்சலின் காரணமாக சோடியம், பொட்டாசியம் போன்ற சத்துகள் அதிகமாக வெளியேறிவிடும். அதனால் சுண்ணாம்புச் சத்து, சோடியம் (உப்புச் சத்து) பாஸ்பரஸ் போன்ற தாதுப்பொருட்களின் தேவை அதிகமாகும். பால், பழச்சாறுகள் மூலம் அவற்றின் தேவையை ஈடு செய்யலாம்.

வைட்டமின் A, B, C ஆகியவற்றின் தேவையையும் உணவின் மூலமாகப் பூர்த்தி செய்ய வேண்டும்.

உணவின் தேவை அதிகமாக இருந்தாலும், காய்ச்சலடிக்கும் நேரத்தில், பசி குறைவாகவே இருக்கும். எனவே, தேவை அதிகம் என்பதற்காக உணவைத் திணிக்கக்கூடாது. இது போன்ற சமயத்தில், கலோரிச்சத்தையும், புரதத்தையும் மிகுதியாக எடுத்துக் கொள்ளும் உடல்நிலை நோயாளிக்கு பெரும்பாலும் இருக்காது. அதனால் உணவைச் சிறிது சிறிதாகப் பல தடவை அளிப்பது அவசியம்.

உணவை நோயாளியின் விருப்பத்துக்கு ஏற்றதாகவும், ருசியாகவும் சமைத்துக் கொடுப்பதே நோயாளிக்கு உணவை அளிக்கும் சிறந்த முறையாகும். முதலில் 800 - 1000 கலோரிச் சத்தைதான் நோயாளியால் உட்கொள்ள முடியும். நாளடைவில் அதை சிறிது சிறிதாக அதிகப்படுத்த வேண்டும்.

டைபாய்டு காய்ச்சல்

சுகாதாரமற்ற உணவு மற்றும் தண்ணீரை உட்கொள்வதால் டைபாய்டு காய்ச்சல் ஏற்படுகிறது. 'சால்மோனல்லா (salmonella)' என்ற நுண்கிருமியின் தாக்குதலாலும் டைபாய்டு காய்ச்சல் ஏற்படுகிறது.

டைபாய்டு நோயால் பாதிக்கப்பட்டவர்கள், காய்ச்சல் குறைந்த பிறகும் மூன்று மாதம் வரை தங்கள் சிறுநீரிலும் மலத்திலும் இந்த நுண்கிருமியை வெளியேற்றுகிறார்கள். ஆகவே கழிவறைகளிலிருந்தும் டைபாய்டு காய்ச்சல் தொற்றலாம். ஈ, கொசு மொய்க்கும் உணவுப்பொருள்களைச் சாப்பிடக்கூடாது. அவற்றின் மூலமாகவும் ஆபத்தான கிருமி உடலுக்குள் நுழையக்கூடும்.

ஐஸ்கட்டி, ஐஸ்கிரீம், பால் போன்ற உணவுப் பொருட்களில் டைபாய்டு கிருமிகள் நீண்டநாள் உயிர் வாழும். இவற்றை சுகாதாரமற்ற நிலையில் உட்கொண்டால் டைபாய்டு காய்ச்சல் ஏற்படலாம். கழிவு நீரை உரமாக உபயோகிக்கும் வயல்களில் பயிர் செய்யப்படும் காய்கறிகளை உபயோகிப்ப தால் இந்நோய் தாக்கலாம். முட்டையை சமைக்காமல் உண்பதால் சால்மோனெல்லா தாக்குதலுக்கு உட்படலாம்.

நோயின் அறிகுறிகள்

கடுமையான காய்ச்சல், வயிற்று வலி, குடலில் அரிப்பும், நுண் கிருமிகளின் தாக்குதலால் புண்ணும் ஏற்படும். சில நேரங்களில் நுண்கிருமிகள் பித்தப்பைக்குள் சென்று வயிற்றுப்போக்கை ஏற்படுத்தும். சிலர், அதிக வயிற்று வலியுடன் கடுமையான மலச்சிக்கலாலும் பாதிக்கப்படலாம்.

உணவு மூலம் சிகிச்சை

குடலில் புண் மற்றும் வயிற்றுப் போக்கு ஏற்படுவதால் மசாலாப்பொருள்கள், காரம் போன்றவை இல்லாத பிளாண்ட் உணவை எடுத்துக் கொள்ள வேண்டும். தயிர் சாதம், கிச்சடி, கீர் ஆகியவை வயிற்றுக்கு இதமாக இருக்கும்.

பதப்படுத்தப்பட்ட தானியங்களை எடுத்துக்கொள்ள வேண்டும். எந்த மாவை உபயோகித்தாலும் நன்கு சலித்த பிறகே உபயோகிக்க வேண்டும்.

வேகவைத்த முட்டை, பாயாசம், கஸ்டர்ட் போன்ற மிருது வான உணவுகளை எடுத்துக் கொள்ள வேண்டும்.

நன்கு வேகவைத்த, மசித்த, தோல் நீக்கப்பட்ட காய்கறி களையே உட்கொள்ள வேண்டும்.

தேன், ஜெலடின் போன்ற இனிப்புகளை சேர்த்துக் கொள்ள லாம்.

இளநீர், பார்லி தண்ணீர், பால், மோர், பாலேடு, வேக வைத்த முட்டை ஆகியவற்றை உணவில் சேர்த்துக் கொள்ளலாம்.

காய்கறிகளைச் சமைக்காமல் பச்சையாகச் சாப்பிடக் கூடாது.

கோஸ், குடைமிளகாய், வெங்காயம், நூல்கோல், முள்ளங்கி பூண்டு போன்றவற்றை உணவில் சேர்த்துக் கொள்ளக் கூடாது.

அதிக நார்ச்சத்துள்ள உணவுகளையும் முழு தானிய பருப்பு வகைகளையும் தவிர்க்க வேண்டும்.

தீவிர காய்ச்சல் இருக்கும்போது, முதல் இரண்டு நாட்களுக்கு பால், பழம், பழச்சாறு போன்ற உணவுகளைக் கொடுக்க வேண்டும். காய்ச்சல் குறைந்தவுடன் எளிதில் செரிக்கக்கூடிய பிளாண்ட் உணவை அளிக்கலாம். ஆனால் அதிகம் உட் கொள்ள இயலாத நிலை இருப்பதால், இரண்டு மணி நேரத் துக்கு ஒரு முறை சிறிது சிறிதாகக் கொடுக்க வேண்டும். காய்ச்சல் நன்றாகக் குறைந்தவுடன் நான்கு மணி நேரத்துக்கு ஒரு முறை அல்லது உணவை நான்கு வேளையாக மாற்றி கொடுக்க வேண்டும். எண்ணெயில் பொரிக்கப்பட்ட பக்கோடா, லட்டு, அப்பளம் போன்றவற்றைத் தவிர்க்க வேண்டும். ஊறுகாய், சட்னி, மசாலாப் பொருட்களை கண்டிப்பாகத் தவிர்க்க வேண்டும்.

நினைவில் வைத்துக்கொள்ள வேண்டியவை

- உணவைஅதிகம் திணிக்கக்கூடாது. அதேசமயம் பட்டினி யாக இருந்து வயிற்றை காயப்போடவும் கூடாது.
- உணவை சிறிது சிறிதாக அதிகரிக்க வேண்டும்.
- அரிப்பை உண்டாக்கும் நார்ச்சத்து, காரம், புளி போன்ற வற்றைத் தவிர்க்க வேண்டும். ஆவியில் சமைத்த இட்லி, இடியாப்பம் ஆகியவற்றை உணவில் சேர்க்க வேண்டும்.

டைபாய்டு நோயினால் பாதிக்கப்பட்ட 12 வயது சிறுவனுக்கு கொடுக்க வேண்டிய மாதிரி உணவு

அதிகாலை 6 மணி	பால்
காலை	இட்லி/இடியாப்பம்/பொங்கல் (அதிகம் நெய் சேர்க்காதது சர்க்கரையுடன்)
நடுப்பகல்	வேகவைத்த முட்டை

மதியம் நன்றாக குழைத்த சாதம், காய்கறி
சூப் அல்லது கறி சூப்

அவித்த உருளைக் கிழங்கு

தயிர்

வாழைப்பழம்

மாலை கஸ்டர்ட் அல்லது ஐஸ்கிரீம்/
பாயாசம்

இரவு குழைந்த சாதம்/ பருப்பு/ வேக
வைத்த காய்கறிகள் , நார்ச்சத்து
குறைவாக உள்ள கிழங்கு
வகைகள், தயிர்

படுக்கச் செல்லும்முன் பால்

காச நோய்

12

கை கொடுக்கும் வைட்டமின்கள்

உங்களுக்குத் தெரியுமா?

இந்தியாவில் ஒரு கோடிக்கும் அதிகமான மக்கள் காசநோயால் பாதிக்கப்பட்டுள்ளனர். ஒவ்வொரு வருடமும் ஐந்து லட்சத்துக்கும் அதிகமான மக்கள் சரியான சிகிச்சை எடுத்துக்கொள்ளாமல் இந்நோயால் இறக்கின்றனர்.

நம் நாட்டில் உள்ள பிரபலமான நோய்களுள் முதன்மை யானது டி.பி. ட்யூபர்குள் பேசில்லஸ் (tubercle bacillus) என்பதுதான் சுருக்கமாக டி.பி என அழைக்கப்படுகிறது. தமிழில் காச நோய்.

இந்நோய் 'மைகோபாக்டீரியம் ட்யூபர்குளோஸிஸ்' (Mycobacterium tuberculosis) என்ற நுண்கிருமியால் ஏற்படுகிறது.

நோயின் அறிகுறிகள்

பசியின்மை, நெஞ்சுவலி, எடைக்குறைவு, அதிக வியர்வை வெளியேறுதல், இரவு நேரத்தில் அதிக இருமல், ரத்தம் கலந்த சளி வருதல் ஆகியவை முக்கியமான அறிகுறிகள்.

ஊட்டச்சத்தின் தேவை

காசநோயால் பாதிக்கப்பட்ட நோயாளிக்கு கலோரி அதிக மாகத் தேவைப்படும். காசநோயின் பாதிப்பால் திசுக்கள் அழிக்கப்படுகின்றன. புதிய திசுக்களின் உற்பத்திக்கும், அவற்றைப் புதுப்பிப்பதற்கும், எடை உயர்வுக்கும் அதிக கலோரி மட்டுமன்றி புரதமும் அதிகமாகத் தேவைப்படும். 1 கிலோ உடல் எடைக்கு 8 - 12 கிராம் புரதம் என்ற அளவில் புரதம் தேவைப்படும்.

நுரையீரலில் ஏற்படும் புண்களைக் குணப்படுத்த சுண் ணாம்புச் சத்து அதிகமாகத் தேவைப்படுகிறது. ஒரு நாளைக்குக் குறைந்த பட்சம் ஒரு லிட்டர் பாலாவது குடிக்க வேண்டும்.

வைட்டமின் A சத்துள்ள முட்டை, ஈரல் போன்ற உணவு களையும் வைட்டமின் C சத்துள்ள ஆரஞ்சு சாத்துக்குடி, நெல்லிக்காய், ஆகியவற்றையும் தாராளமாகச் சேர்த்துக் கொள்ள வேண்டும். இவற்றை உட்கொள்வதால் உடலின் நோய் எதிர்ப்பு சக்தி அதிகரிக்கிறது. உணவில் இருக்கும் இரும்புச்சத்தை உடலுக்குள் உறிஞ்சுவதிலும் இவை உதவி புரிகின்றன.

காசநோயிலிருந்து விடுபடுவதற்கு மருத்துவரின் அறிவுரைப் படி மருந்துகளை எடுத்துக்கொண்டால் மட்டும் போதாது. நல்ல உணவும், முழுமையான ஓய்வும் மிக அவசியம்.

காசநோயின் பாதிப்பு தீவிரமாகிற நிலையில் திரவ உணவு களை அதிகமாக அளிக்க வேண்டும். பிறகு 4 மணி நேரத் துக்கு ஒரு முறை சிறிய அளவில் கொடுக்க வேண்டும். சிறிது சிறிதாக உணவின் அளவை அதிகரிக்க வேண்டும்.

தீவிர நோய்க்காலத்தில் கீழ்க்காணும் உணவுகளைத் தாரள மாகக் கொடுக்கலாம்.

பழச்சாறு (சாத்துக்குடிச் சாற்றை மிதமான சூட்டுடன் கூடிய நீரில் கலந்து தரலாம்), பால், காய்கறி/கோழி/ஈரல் சூப், இளநீர்.

இத்தகைய திரவ உணவை 2 மணி நேரத்துக்கு ஒரு முறை கொடுக்க வேண்டும். அடுத்த 24 - 48 மணிக்குள் திட

உணவைக் கொடுக்க ஆரம்பிக்கலாம். ஒரு நாளைக்கு 6 முறை உணவளிக்க வேண்டும். தேவையான அளவு புரதச்சத்தைப் பெறுவதற்கு தானியமும் புரதமும் கலந்த உணவுகளை எடுத்துக் கொள்ள வேண்டும்.

உதாரணமாக. இட்லியுடன் உளுந்தாலான வடை, சப்பாத்தி யுடன் பருப்பு, தயிருடன் கிச்சடி என தானியப்பருப்பு கலவை யில் உணவை எடுத்துக்கொள்ளலாம். இதன் மூலமாகத் தேவையான அளவு புரதம் உடலுக்குக் கிடைக்கும். இத்துடன் முளைகட்டிய பயறு, நெல்லிக்கனி, கொய்யாப்பழம் ஆகியவற்றை உண்டால் போதிய வைட்டமின் C உடலுக்குக் கிடைக்கும்.

டீ, காபி, ஊறுகாய், மது போன்றவற்றைக் கண்டிப்பாகத் தவிர்க்க வேண்டும்.

காசநோயால் பாதிக்கப்பட்ட 30 வயது இளைஞனுக்கு அளிக்க வேண்டிய மாதிரி உணவு

(இந்த உணவு, 2700 கலோரியுடன், 75-90 கிராம் புரதத்தையும், 400 மி.கி சுண்ணாம்புச் சத்தையும் அளிக்கிறது).

நேரம்	உணவு	அளவு
அதிகாலை	பால்	1
	பாதாம் பருப்பு	3-5
காலை	கீரை/சப்பாத்தி	3
	தயிர்	100 கி
நடுப்பகல்	சுண்டல்	1 கப்
	பால்	1 கப்
மதியம்	சாதம்	2-3 கப்
	சாம்பார்	1/2 கப்
	முட்டை	1-2
	கீரை	1 கப்
	கொய்யாப்பழம்	1

	தயிர்	1 கப்
மாலை	காய்கறி தோசை	3
	வேர்க்கடலை சட்னி	
	பால்	1 கப்
இரவு	சாதம்	2 கப்
	கேரட் பொரியல்	1/2 கப்
	கொத்துக்கறி/மீன் குழம்பு	1/2 கப்
	ரசம்/தயிர்	1 கப்
படுக்கச் செல்லும் முன்	பால்	1 கப்

13 அலர்ஜி ஒத்துக்கொள்ளவில்லையா? ஒதுங்கிவிடுங்கள்

உங்களுக்குத் தெரியுமா?

குறிப்பிட்ட சில உணவுப் பொருள்களால் ஒவ்வாமை ஏற்படுவதற்கு, சம்பந்தப்பட்டவர்களின் ரத்தப்பிரிவும் ஒரு காரணமாக அமைகிறது. உதாரணமாக, 'O' பிரிவு ரத்தம் கொண்டவர்கள், பால் மற்றும் அதைச் சார்ந்த பொருள்களின் ஒவ்வாமையால் அதிகம் பாதிக்கப்படுகிறார்கள்.

எனது வீட்டு விசேஷத்துக்காக உறவினர்களை அழைத் திருந்தோம். விசேஷம் முடிந்து அனைவரும் பலகாரம் சாப்பிட்டுக் கொண்டிருந்தனர். முறுக்கு, சீடைகளை ரசித்துச் சாப்பிட்டுக் கொண்டிருந்த என் அக்கா பையன் திடீரென்று பாத்ரூமை நோக்கி ஓடினான். எங்களுக்கு ஒன்றும் புரிய வில்லை.

சிறிது நேரத்தில் வாந்தி எடுத்த களைப்போடு திரும்பி வந்தவன், 'பலகாரத்தில எள் போட்டிருக்கீங்களா?' எனப் பரிதாபமாகக் கேட்டான். 'ஆமாம்' என்றவுடன், 'அடடா, அவனுக்கு எள் ஒத்துக்காது. நான் சொல்ல மறந்துட்டேன்' என்றாள் அக்கா.

உணவுப்பொருள்களால் ஏற்படும் ஒவ்வாமை (அலர்ஜி)க்கான ஒரு சிறிய உதாரணம்தான் மேலே சொன்னது. என் அக்கா

மகனுக்கு எள் ஆகாது என்றால் சிலருக்கு கத்தரிக்காய் ஆகாது; சிலருக்கு முட்டையின் பேரைக்கேட்டாலே அலர்ஜியாக இருக்கும்.

சில உணவுப் பொருள்களை ஏன் சிலரின் உடல் ஏற்றுக் கொள்வதில்லை? எதனால் இந்த ஒவ்வாமை ஏற்படுகிறது? தெரிந்துகொள்ள ஆவலாக இருக்கிறதில்லையா?

நமது உடலில் இயல்பாகவே நோய் எதிர்ப்பு மண்டலம் என்பது உண்டு. சில உணவுப்பொருள்கள் உடலுக்குள் நுழைந்ததும் அவற்றை அந்நியப் பொருட்களாகக் கருதி, நோய் எதிர்ப்பு மண்டலம் எதிர்விளைவுகளை உண்டாக்கும். இதையே ஒவ்வாமை என்கிறோம். ஒவ்வாமையை உணவில் இருக்கும் புரதத்தை எதிர்த்து வரும் மாற்றம் என்று கூடச் சொல்லலாம்.

ஒவ்வாமைப் பிரச்னை எந்த வயதிலும் ஏற்படலாம். சிலருக்கு சிறுவயதிலேயே வரலாம். சிலருக்கு வளர வளர உருவாகலாம். உணவினால் ஏற்படும் இந்த ஒவ்வாமைக்கு சிகிச்சை ஏதும் இல்லை. இந்த பிரச்னையைப் போக்க ஒரே வழி, ஒவ்வாமை ஏற்படுத்தும் உணவுகளை நமது மெனுவில் இருந்து நீக்குவதுதான்.

ஒவ்வாமை ஏற்படுத்தக்கூடிய எட்டு உணவுகளை ஆராய்ச்சி மூலம் கண்டறிந்துள்ளனர். அவை:

முட்டை, பால், வேர்க்கடலை, வால்நட், முந்திரி, பாதாம் போன்ற கொட்டை வகைகள், மீன் (shell fish), எள்விதை (seasame seeds), சோயா, கோதுமை.

இவற்றுள் முட்டை, பால் மற்றும் வேர்க்கடலை குழந்தை களுக்கு ஒவ்வாமையை ஏற்படுத்துகின்றன. ஒவ்வாமைப் பிரச்னைக்கு பெரும்பாலும் மேலே சொன்ன உணவுகள்தான் காரணமாக அமைந்திருக்கின்றன.

ஒவ்வாமையின் அறிகுறிகள்

ஒவ்வாமைப் பிரச்னையால் தோல், சுவாச மண்டலம், செரிமான மண்டலம், இரத்த மண்டலம் ஆகியவற்றுள் ஏதேனும் ஒன்று பாதிக்கப்படலாம்.

ஒவ்வாமையின் பொதுவான அறிகுறிகளாக கிழேயுள்ள வற்றைச் சொல்லலாம்.

- அநாபிலாக்ஸிஸ் (Anaphylaxis) பாதிப்பு உடம்பு முழுவதை யும் பாதிக்கும். இதனால் நரம்பு மண்டலங்கள் இயங்காமல் இறப்பும் ஏற்படலாம்.
- கை, கால், நாக்கு ஆகியவற்றில் வீக்கம் ஏற்படும்.
- தோல் பாகத்தில் அரிப்பு ஏற்படும். தோல் உரிய ஆரம் பிக்கும்.
- வாய், முகம், கண், மற்றும் கை ஆகிய பகுதிகளிலும் அரிப்பு ஏற்படும்.
- வாந்தி, குமட்டல், வயிற்றுப்போக்கு போன்ற அறிகுறி களும் தென்படலாம்.
- மூக்கு ஒழுகுதல், தும்மல் போன்ற அறிகுறிகளும் இருக்கக்கூடும்.
- சில நேரங்களில் ரத்த அழுத்தம் மிகக் குறைந்து சிக்கலான நிலையை உருவாக்கிவிடலாம்.

குழந்தைகளுக்கு தீராத வயிற்றுவலி, மலத்தில் இரத்தம் வெளிவருவது, சில நேரங்களில் சளியுடன் கூடிய மலம் வருவது போன்ற அறிகுறிகள் இருக்கும். தோலின் மேல் பொரிப்பொரியாக காணப்படும். சில குழந்தைகளுக்கு ஆஸ்துமாவும் ஏற்படலாம்.

ஒவ்வாமைக்கான மருத்துவப் பரிசோதனை

உணவால் ஏற்படும் ஒவ்வாமையைக் கண்டறிய இரண்டு பரிசோதனை முறைகள் உபயோகிக்கப்படுகின்றன. ஒன்று தோலில் ஊசி ஏற்றிப் பரிசோதிப்பது. மற்றொன்று இரத்தப் பரிசோதனை.

ஒவ்வாமை ஏற்படாமல் தடுக்கும் முறைகள்

ஒவ்வாமை ஏற்படுத்தும் உணவுகளை உணவிலிருந்து அறவே தவிர்க்க வேண்டும்.

குழந்தைகளுக்கு புது உணவுகளை அளிக்கும் பொழுது ஒவ்வொரு உணவையும் ஒரு வார இடைவெளியில் தர

வேண்டும். உதாரணமாக, திரவ உணவுகளிலிருந்து திட உணவுகளுக்கு குழந்தைகளை மாற்றும் பொழுது காய் கறிகளை வாரத்துக்கு ஒரு காயாக அளிக்க வேண்டும்.

குழந்தைகளுக்கு முட்டையை முதல்முதலாக அளிக்கும் பொழுது வெள்ளைக்கரு தனியாகவும் சில நாட்களுக்குப் பிறகு மஞ்சள் கருவைச் சேர்த்தும் அளிக்க வேண்டும்.

ஒவ்வாமையினால் ஏற்படும் பாதிப்பு உணவு உட்கொண்ட சில நிமிடங்களிலேயே ஏற்படலாம். சில நேரங்களில் சில மணி நேரமும் ஆகலாம்.

சில உணவுகளால் காலம் தாழ்த்தி, அதாவது, சாப்பிட்டு சில நாட்களுக்குப் பிறகு அந்தப் பாதிப்பு தென்படும்.

எனவே பாதிப்பு ஏற்படுத்தும் உணவுகளை நீக்கி உங்களது உணவுப்பழக்கத்தை ஆரோக்கியமானதாக அமைத்துக் கொண்டால் இந்தப் பிரச்சனையிலிருந்து எளிதாக மீளலாம்.

(தென் இந்திய முறையில் சமையல் செய்யும் உணவுகளில் உள்ள கலோரி மற்றும் மாவு, புரதம், கொழுப்புச் சத்தின் அளவுகளை இந்தப் பட்டியலில் காண்போம். இதைக் கொண்டு நமக்குத் தேவையான கலோரி அளவுள்ள உணவுகளைத் திட்டமிட்டுக்கொள்ள முடியும்)

உணவுகளின் கலோரி அளவு

1 தேக்கரண்டி = 5g

உணவு வகை	சமைக்காத உணவின் அளவு	சமைத்தபின் உணவின் அளவு	கலோரிச் சத்து கலோரி	புரதம் கிராம்	மாவுச்சத்து கிராம்	கொழுப்பு கிராம்
தானியவகை கொண்டு தயாரிக்கப்படும் உணவுகள்						
சாதம்/இட்லி/தோசை 1	25 கி	1/2 கப்	85	1.6	20	0.45
சப்பாத்தி	25 கி	1	85	3.0	18	0.3
அவல்	25 கி	1/2 கப்	86.5	1.6	19.3	3.0
ஓட்ஸ் கஞ்சி	25 கி	150 மிலி	107	4.0	16	-
சோளம்	25 கி	150 மிலி	64	2.0	14	-
சோள மாவு	25 கி	150 மிலி	100	-	25	-

ஜவ்வரிசி	25 கி	150 மிலி	88	-	22	-
அரிசிக் கஞ்சி	20 கி	200 மிலி	69	1.3	13.8	0.8
அரைரோட்டி மாவு கஞ்சி	25 கி	200 மிலி	83.5	0.05	20.8	0.02
மைதா	25 கி	1/2 கப்	87	2.75	18.47	0.22
பூரி	25 கி	-	80	2	11.6	3
பரோட்டா	50 கி	-	150	4	23	4
புலாவ்	-	150 கி	130	4.75	28.5	5
பருப்பு வகை கொண்டு தயாரிக்கப்படும் உணவுப் பொருள்கள்						
பருப்பு	25 கி	1/2 கப்	85	5.6	15	0.3
சுண்டல்	25 கி	1/2 கப்	83	5.3	14.5	0.5
சோயா பீன்ஸ்	25 கி	1/2 கப்	87.2	11	5	5.0
சாம்பார்	25 கி	1 கப்	81	4	12	2.1
காய்கறிகள்						
கீரை வகைகள்	100 கி	1/2 கப்	30	1	6	-

கிழங்கு வகைகள்	100 கி	1/2 கப்	50	2	10	-
இதர காய்கறிகள்	100 கி	1 கப்	70	1.2	16	0.2
அசைவ உணவுகள்						
இறைச்சி (ஆட்டிறைச்சி)	45 கி	6-7 சிறிய துண்டு	85	8.3	-	6
மீன்	65 கி	1 துண்டு	85	14.6	-	3
கோழி இறைச்சி	70 கி	7-8 துண்டு	85	19.4	-	1
முட்டை	50 கி	1	-	6.6	-	7
முட்டை வெள்ளைக் கரு மட்டும்	25 கி	1	13	3	0.25	-
முட்டை ஆம்லெட்	50 கி	1	155	7	-	14
சட்னி						
தேங்காய் சட்னி	55 கி	2 தேக்கரண்டி	125	2	6.0	10.4
கோத்துமல்லி சட்னி	20 கி	1 தேக்கரண்டி	47	0.6	1.7	4.2
வேர்க்கடலை சட்னி	20 கி	1 தேக்கரண்டி	66	3	3.1	4.6

புதினா சட்னி	18 கி	1 தேக்கரண்டி	70	0.3	1.5	-
தக்காளி சட்னி	50 கி	1/2 கப்	32	1	5	1.0
புளித் துவையல்	20 கி	1 கப்	65	0.6	13.8	-
பால், பால் சார்ந்த பொருள்கள்						
பால்	100 மிலி	1/2 கப்	67	3.2	44	4.1
லஸ்ஸி	240 மிலி	1 டம்ளர்	37	2	1	3
சீஸ்	25 கி	-	87	6	1	6
பால் கட்டி(பசும் பாலில் ஆனது)	25 கி	-	66	4.6	0.3	5.2
மோர்	100 மிலி	1/2 கப்	15	0.8	0.5	1.1
தயிர்	100 மிலி	1 கப்	60	3.1	3.0	4.0
கொழுப்பு நீக்கப்பட்ட பால்	100 மிலி	2 தேக்கரண்டி	29	2.5	5.1	0.1
எண்ணெயில் வறுக்கப்பட்ட உணவுகள்						
சமோசா	65 கி	1	210	2	21	12
வடை	45 கி	2	140	6	15	6

மசாலா வடை	20 கி	1	56	2	6.6	2
தயிர்வடை	80 கி	1	170	5	15.5	9
பஜ்ஜி	60 கி	8 சிறியது	280	4	17	22
காய்கறி கட்லெட்	30 கி	1	70	1	-	5
இனிப்பு வகைகள்						
புட்டிங் (சாதா)	150 மிலி	1 கப்	167	6.5	19	7.5
பிரட் புட்டிங்	125 மிலி	1 கப்	260	6.5	23.1	11.2
கஸ்டர்ட்	100 கி	1 கப்	165	5.2	23	5.7
ஐஸ்கிரீம்	100 மிலி	1 சிறியது	217	4	21	13
அல்வா	100 கி	-	322	2.2	42	15.9
ரஸகுல்லா	30 கி	1	45.6	0.58	9.35	0.65
குலாப் ஜாமுன்	60 கி	1	157.6	2.3	8.7	12.6
லட்டு	30 கி	1	143.7	1.3	15.6	8.4
மைசூர் பாக்	45 கி	1	260	0.9	41.4	19.1

பேக்கரி வகையறாக்கள்						
கேக்	100 கி	-	492	5.1	49.5	30.5
பப்ஸ்	60 கி	1	166	3	17	10
ரொட்டி	40 கி	2 துண்டு	98	3.1	21	0.3
மாரி பிஸ்கட்	10 கி	2	45	0.7	7.8	1.2
வெண்ணெய் பிஸ்கட்	10 கி	2	48.2	0.44	35.05	10.2
கோதுமை பிஸ்கட்	40 கி	2	97.6	3.52	19.6	0.5
பழ வகைகள்						
பழங்கள்	100 கி	1	40	-	10	-
வாழைப்பழம்	50 கி	1	58	0.6	14	-
பானங்கள்						
காபி (பால்-100 மிலி சர்க்கரை-1 தேக்கரண்டி)	150 கி	1 கப்	87	3.2	9.4	4.1
காபி (சர்க்கரை சேர்க்காமல்)	-	1 கப்	67	3.2	4.4	4.1

டீ (பால்-50 மிலி சர்க்கரை-1 தேக்கரண்டி)	150 கி	1 கப்	54.4	1.6	7.2	2.0
டீ (சர்க்கரை சேர்க்காமல்)	-	1 கப்	35	1.6	2.2	2.0
இதர உணவு வகைகள்						
இளநீர்	100 மிலி	1/2 கப்	24	1.4	4.4	0.1
சாத்துக்குடிச் சாறு	100 மிலி	1/2 கப்	9	0.2	1.9	0.1
சர்பத்	200 மிலி	1 கப்	200	-	-	-
தேங்காய் பால்	100 மிலி	1/2 கப்	430	3.4	11.9	41
கரும்புச் சாறு	100 மிலி	1/2 கப்	39	0.1	9.1	0.2
எலுமிச்சைச் சாறு	200 மிலி	1 டம்ளர்	60	-	-	-
காய்கறி சூப்	150 மிலி	1 கப்	65	2	10	2